आपल्या स्नेहीजनांना पुस्तके भेट द्या

खुळ्याची चावडी

शंकर पाटील

AA000714

मेहता पब्लिशिंग हाऊस

- *या पुस्तकातील लेखकाची मते, घटना, वर्णने ही त्या लेखकाची असून त्याच्याशी प्रकाशक सहमत असतीलच असे नाही.*

KHULYACHI CHAVADI by SHANKAR PATIL

खुळ्याची चावडी : शंकर पाटील / कथासंग्रह

© सुरक्षित

मराठी पुस्तक प्रकाशनाचे हक्क मेहता पब्लिशिंग हाऊस, पुणे.

प्रकाशक : सुनील अनिल मेहता, मेहता पब्लिशिंग हाऊस,
१९४१, सदाशिव पेठ, माडीवाले कॉलनी, पुणे – ४११०३०.

अक्षरजुळणी : एच्. एम्. टाईपसेटर्स, ११२०, सदाशिव पेठ, पुणे – ४११०३०

मुखपृष्ठ : देविदास पेशवे

प्रकाशनकाल : डिसेंबर, १९६४ / ४ मार्च, १९८६ / १८ फेब्रुवारी, १९९५ / ५ सप्टेंबर, १९९८ / मार्च, २००७ / जून, २००७ / फेब्रुवारी, २००८ / नोव्हेंबर, २००८ / डिसेंबर, २००९ / मार्च, २०११ / जून, २०१२ / सप्टेंबर, २०१३ / जून, २०१५ / पुनर्मुद्रण : एप्रिल, २०१७

P Book ISBN 9788177668070
E Book ISBN 9788184987591

E Books available on : play.google.com/store/books
www.amazon.in

माझे वडील बंधू
श्री. बापूसाहेब पाटील यांना...
आदरपूर्वक

— **शंकर पाटील**

कथानुक्रम

इंगा

पाच हजार वस्तीच्या या गावात नवीनच एक हायस्कूल निघालं होतं. निघालं होतं म्हणजे गावच्या श्रीमंधर अण्णांनीच ते काढलं होतं आणि त्यांनी काढलं होतं म्हणजे त्यांच्या दोन मुली शिकणाऱ्या झाल्या होत्या, म्हणून त्यांनी ते सुरू केलं होतं. अर्थात ते आपल्यासाठी सुरू केलंय् असं काही त्यांनी गावाला भासवू दिलं नव्हतं. परस्पर एक फुणगी सोडून दिली होती आणि गावकऱ्यांना चेतवून दिलं होतं. आपल्या पोरांच्या शिक्षणाची सोय होती, असं म्हटल्यावर सगळ्या गावकऱ्यांनीही ही गोष्ट उचलून धरली. असं एकदा गावाच्या मनात आलं आणि चार तिथं दहा माणसं या कामाला लागली. वर्गणी गोळा करायचं काम सुरू झालं. श्रीमंधर अण्णा म्हणजे गावचे सावकार होते अन् एक मातब्बर पुढारी होते. साहजिकच त्यांच्यापासून वर्गणीला सुरुवात झाली आणि या कामातलं पुढारीपणही त्यांच्याकडेच गेलं. श्रीमंधर अण्णांनी कंबर बांधली. महिना-दोन महिन्यांत त्यांनी दहा-पाच हजार रुपये गोळा केले आणि धडाक्याला आठवी-नववीचे वर्ग पहिल्याच वर्षी सुरू करून दिले. अण्णांचा भाव वाढला, गावच्या पोरांची सोय झाली. लगेच दुसऱ्या वर्षी दहावीचाही वर्ग सुरू झाला आणि लाख उलाढाली करून श्रीमंधर अण्णांनी शाळेसाठी एका ब्राह्मणाचा वाडाही मिळवून दिला. मोठी इमारत झाल्याशिवाय पुढचे वर्ग उघडता येत नव्हते आणि वर्ग निघाल्याशिवाय गावाची सोय होणार नव्हती. नवी इमारत बांधायची तर तो खर्च परवडण्यासारखा नव्हता. गावापुढं बिचारा एक ब्राह्मण काय करणार? पाण्यात राहून माशाशी वैर करता येतं? सारासार गोष्टींचा विचार करून, होय-नाही, होय-नाही करता करता त्या ब्राह्मणाने वाडा शाळेला देणगी म्हणून देऊन टाकला. देणगी एकानं दिली आणि नाव एकाचं झालं! गाव सगळं म्हणू लागलं– ''श्रीमंधर अण्णा होते म्हणूनच वाडा मिळाला.'' ह्या अण्णांनी शाळेच्या इमारतीचा असा प्रश्न सोडविला आणि अकरावीला परवानगी मिळवून दिली. झालं! त्यांच्याशिवाय शाळेतलं एक पान हलेना. अण्णा म्हणतील ती पूर्वदिशा!

अकरावी निघाली आणि कामिरे या नावाचे एक बी. ए., बी. टी. झालेले शिक्षक हेडमास्तर म्हणून शाळेवर आले. हे कामिरे सर नुकतेच बी.टी. झाले होते आणि अजून तरुण होते. शिक्षणाविषयीच्या नवीन नवीन कल्पना ते आपल्या डोक्यात घेऊन या खेड्यात आले होते. असं करावं, तसं करावं, काहीतरी प्रयोग करावा याचं त्यांना वेड होतं. त्यांच्या विचारांना सारखी नवीन नवीन पालवी फुटत होती. पाच-सहा महिन्यांतच त्यांनी शाळेला नवं रूप आणून दिलं. बघता बघता ते लोकप्रिय झाले. ज्याच्या त्याच्या तोंडी त्यांचं नाव झालं. चार ठिकाणी ते बसू लागले, उठू लागले. रानात हुर्डा खायला जाऊ लागले आणि कुणाच्याही घरी जेवून येऊ लागले. गाव सगळं त्यांची स्तुती करू लागलं. मुलंही सगळी नावाजू लागली. आणि ही गोष्ट श्रीमंधर अण्णांना खटकत चालली. हळूहळू त्या दोघांमध्ये वैर उत्पन्न होऊ लागले. कशावरून तरी दोघांचे खटके उडू लागले. कामिऱ्यांनी काही कल्पना काढली की, श्रीमंधर अण्णांनी ती डावलायची, असं सुरू झालं. साध्यासुध्या गोष्टींत श्रीमंधर अण्णा आड येऊ लागले आणि चालत्या गाडीला घुणा लागू लागला.

कामिरे कल्पक होते हे खरं, पण वयानं आणि अनुभवानं ते अजून लहानच होते. तेवढा पाचपेच अजून त्यांना कळत नव्हता. काही गोष्टी अण्णांना झुगारून ते बेलाशक करू लागले. 'दडपून देतो ऐसाजी' अशा वृत्तीनं त्यांनी आपलं काम सुरू केलं आणि अण्णा डूख धरून बसले. खरं म्हणजे श्रीमंधर अण्णांनीच त्यांना हेडमास्तर म्हणून इथं आणलं होतं आणि आता त्यांची नेमणूक करून चुकल्यासारखं वाटत होतं. त्यांचं महत्त्वच कमी होत होतं. पण नेमणूक करून ते चुकले होते आणि आता निस्तारणं भाग होतं. काय करणार? आता त्यांना झटकापटकी काढून टाकता येत नव्हतं. एक नोटिस देऊन त्यांना काढता आलं असतं. कारण तेच शाळेचे चेअरमन होते. पण कामिऱ्यांना काढायचं तर गावाला दुखविण्यासारखं होतं आणि या गावाच्या पाठबळावर तर कामिरे त्यांना जुमानत नव्हते. जुमानत नव्हते म्हणजे काही विचारतच नव्हते. नुसता मान दिला असता तरी चाललं असतं. पण या कामिऱ्यांनाही नोकरीची पर्वा नव्हती. कसे झाले तरी ते क्वॉलिफाईड होते. बी. टी. झाले होते. चार-पाच वर्षांचा अनुभव पाठीशी होता. डोकं तरतरीत होतं आणि तरतरीत डोक्यात कल्पना सारख्या भिरभिरत होत्या. त्यांना नोकरी कुठेही मिळाली असती. नव्हे, ती आपणहून त्यांच्याकडे चालून गेली असती. पण ते ध्येयवादी होते आणि प्रयोग करायला खेड्यात आले होते! नुसत्या डोक्याच्या शिक्षणापेक्षा 'हाताच्या आणि हृदयाच्या' शिक्षणावर त्यांचा भर होता. त्यांची सगळी विचारसरणीच जरा निराळी होती. ते म्हणायचे— मुलांना गणित आलं नाही तरी चालेल, पण हातात झाडू घेऊन साफसफाई करता आली पाहिजे. लिहिता-

वाचता आलं नाही तरी चालेल, पण दुसऱ्यांवर प्रेम करता आलं पाहिजे, दुसऱ्यांचं प्रेम घेता आलं पाहिजे– अशा नव्या चाकोरीनं ते शाळा चालवत होते आणि पालकही त्यांना वश झाले होते! पण अण्णांच्या पुढ्यातले जेवढे लोक होते म्हणजे जी राजकारणी मंडळी होती ती मात्र अण्णांच्या मागे होती आणि शाळेतली एकेक कागाळी अण्णांच्या जवळ येऊन सांगत होती.

शाळेतला सगळा कारभार या नव्या दिशेनं सुरू होता आणि तशी कागाळी करायला थोडी जागाही त्यात होती. गप शिकवायचं सोडून भलत्या गोष्टी शाळेत सुरू झालेल्या काहींना मनापासून आवडत नव्हतं; पण त्यांची तमा न बाळगता कामिरे आपल्या मनाप्रमाणेच सगळ्या गोष्टी करीत होते. सगळ्या मुलांना भातपिठलं करता आलं पाहिजे म्हणून पाळीपाळीनं रोज दोन-दोन, चार-चार मुलांना ते शाळेत भात-पिठलं करायला शिकवू लागले. शाळेत जाऊन मुलं चुली फुंकत बसतात म्हणून काही मंडळींनी त्यांची टवाळी करण्यास सुरुवात केली. कामिऱ्यांनी तिकडं दुर्लक्षच केलं. एकेक नव्या कल्पना ते काढत अन् चटकन् त्या अमलात आणत. पंक्चर कसं काढायचं या गोष्टीचं ज्ञान सगळ्यांना असलं पाहिजे म्हणून ते रोज दोघा-तिघांना सायकलीचं पंक्चर काढायला शिकवीत. मग एखाद्या दिवशी कुणाची सायकल पंक्चर झाली नसती तरी चांगल्या सायकलीत ते काटा मोडत, पण रोजच्या ज्ञानात खंड पडू देत नसत. कुणाच्या अंगावर जरा फाटका सदरा दिसला की, सुटीच्या वेळी ते त्याला ऑफिसात बोलावून घेत आणि फाटके कपडे कसे रफू करायचे, कसे शिवायचे याचे ज्ञान देत. यासाठी शाळेच्या खर्चानं त्यांनी एक शिलाईचं मशीन आणून ठेवलं! पोरंही तास चुकवून त्या मशीनवर कपडे शिवत बसत. एक दिवस श्रीमंधर अण्णांनी शाळेत जाऊन त्यांना जाब विचारला,

"नुसत्या सुई-दोऱ्यानं भागलं नसतं? शाळेला बुडवायला हे मशीन कशाला आणून ठेवलं?"

कामिरे म्हणाले,

"सुई-दोऱ्यानं भागलं असतं, पण मुलांना त्याची हौस वाटली नसती आणि शिक्षण घ्यायचं तर हौस वाटायला हवी!"

"कशाची आलीय हौस?" असं म्हणून अण्णांनी कपाळावर आठ्या चढवल्या आणि एक उदाहरण देत कामिरे म्हणाले,

"असं म्हणू नका. आता तुमच्याच मुलींची गोष्ट घ्या. त्यांच्या अंगावर काही फाटके कपडे नसतात. पण हे मशीन बघून त्यांनाही शिवायची हौस वाटते. दुसऱ्याच्या अंगावरचे फाटके कपडे घेऊन त्या रोज शिवत बसतात."

हे ऐकून श्रीमंधर अण्णा रागानं लाल झाले. त्यांच्या तळपायाची आग मस्तकाला जाऊन भिडली. अण्णा फाडकन् म्हणाले,

"आजवर शिवल्या तेवढ्या शिवल्या! याच्यापुढे त्यांना मशिनला हात लावू देऊ नका."

गप न बसता कामिऱ्यांनी विचारलं,

"का हात लावू देऊ नका?"

"का?" असं विचारून अण्णांनी सांगितलं–

"आमच्या पोरी काही शिंप्याला द्यायच्या न्हाईत! का आमाला त्यास्नी शिलाईचा धंदा काढून द्याचा न्हाई! समजलं?"

येवढं ऐकूनही कामिरे काही गप्प बसले नाहीत. न राहवून त्याच्या मागचं तत्त्वज्ञान ते समजावून सांगू लागले आणि अण्णा त्यांना अडवू लागले. कामिरे एक तत्त्वज्ञान त्यांना सांगू लागले आणि अण्णा दुसरं तत्त्वज्ञान त्यांना शिकवू लागले. दोघांच्याही तोंडातनं तत्त्वज्ञान बाहेर येऊ लागलं आणि खडाजंगी सुरू झाली. दोघेही एकमेकाला सुनवू लागले.

कामिरे म्हणाले–

"हा तत्त्वाचा प्रश्न आहे."

अण्णाही म्हणाले–

"माझ्याही हा तत्त्वाचा प्रश्न आहे! मी चेअरमन आहे."

कामिरे बोलले–

"तुम्ही संस्थेचे चेअरमन असला तरी मी शाळेचा मुख्याध्यापक आहे. हा तत्त्वाचा प्रश्न आहे."

झालं! अशा रीतीनं एक साधा प्रश्न दोघांच्याही तत्त्वाचा प्रश्न होऊन बसला!

अण्णांनी डाव खेळायला सुरुवात केली. कामिऱ्यांना आता गावात ठेवायचं नाही, असा त्यांनी मनाचा निर्धारच केला. भर शाळेत कामिऱ्यांनी त्यांचा अपमान केला होता. उभ्या गावात अण्णांनी त्यांची नाचक्की करायचं ठरवलं! आधी गाव विरुद्ध करायचं काम त्यांनी हातात घेतलं. एक दिवस दहा-पंधरा पालक घेऊन श्रीमंधर अण्णा शाळेत आले. हे गोळा करून आणलेले सगळे पालक मुलींचे बाप होते. गेल्या गेल्या त्यांतल्या एका 'बापा'नं आधी विचारलं–

"मास्तर, आमच्या पोरीस्नी तुमी काय शिकवाय् लागलाय?"

'या, बसा' असं म्हणून कामिऱ्यांनी विचारलं–

"काय झालं?"

"अहो, काय झालं म्हणूनशान काय इचारता? पोरी शिकायला शाळंत घातल्यात का लेझीम खेळायला?"

"तोही एक शिक्षणाचाच भाग आहे."

"कशाचा आलाय् भाग?" असं म्हणून तो बोलला–

“अशी लेझीम अन् दांडपट्टा शिकवून आमाला आमच्या पोरीस्नी काय पैलवान करायचं न्हाई!”

काय बोलावं आणि कसं सांगावं याचाच विचार करीत कामिरे बसून राहिले आणि दुसरा एक पालक इतका वेळ दातांत धरलेली मिशी सोडून बोलू लागला–

“अहो, पाच गंड पोरांवर एक ह्यन्नं पोरगी मला झाल्याली! तिला कुंट ठेवू आणि कुटं नको अशी सगळी करत्यात! आई-बा लाडकं, भाऊ लाडकं. नुस्तं तळहातावर झेलत बसलोय! एक दिवस तिची आई तिला कधी ताक ढवळू देत न्हाई, आणि तुमी तिला भंग्यागत हातांत एक झाडू देऊन पटांगण सगळं झाडायला लावलं म्हणं! पाचशे रुपयांचा देणगीदार हाय मी! लई तुमच्या साळंला भीक लागली असली, तर आणिक चार पैसे मागून घ्या. आमच्या लेकीच्या हातांत झाडू देऊन असली कामं करायला लावता? अहो, एक गडी लावायचा होता. आमी रोजगार दिला असता!”

अशा दहाजणांच्या दहा तक्रारी! आणि दर चार-आठ दिवसाला असा हा फार्स सारखा सुरू झाला! पण कामिरे डगमगले नाहीत. चांगल्या गोष्टींची हेटाळणी ही व्हायचीच, असं म्हणून ते निंदकांना शरण आले नाहीत. उलट, आपलं काम ते अधिक नेटानं करू लागले. इरेस पडले. तावूनसुलाखून निघाल्याशिवाय खऱ्या सोन्याची पारख लागणार नाही, असं समजून ते त्या भरीत पडले! गाव तिथं महारवाडा असायचाच हे गृहीत धरून महारवाडा साफ करायचं काम त्यांनी हातात घेतलं. बोलून चालून प्रयोग करायलाच ते खेड्यात आले होते. या कटकटींना भिऊन शाळा सोडून जावं असं काही त्यांच्या मनात आलं नाही. अण्णा त्रास देत राहिले आणि ते तोंड देत राहिले.

अण्णांच्या मनात काय? निम्मं-अर्धं गाव असं उलटल्यावर आणि रोज एक कटकट मागे लागल्यावर आपल्या डोक्याला हा त्रास नको म्हणून हा माणूस राजीनामा देऊन निघून जाईल. पण झालं उलटंच! पालकांची दिशाभूल झाली. निम्मं-अर्धं गाव आपल्यावर उलटलं; तरीही कामिरे आपलं ध्येय सोडायला तयार नव्हते. उलट इरेस पडून हा श्रीमंधर अण्णा कसा डाव खेळत आहे, हे त्या गावाला सांगत सुटले. उघड उघड गावात दोन तट पडल्यागत दिसू लागले. कुणी कामिऱ्यांना धीर दिला, तर कुणी अण्णांची बाजू उचलून धरली. मॅनेजिंग कमिटीतही दोन पार्ट्या झाल्या आणि वार्षिक परीक्षा झाल्या, उन्हाळ्याची सुट्टी लागली तरी संस्थेनं त्यांना नोटीस दिली नाही आणि कामिऱ्यांनी त्यांना राजीनामा दिला नाही. म्हणजे ही कुस्ती न सुटता अशीच चालू राहणार, अशी चिन्हं दिसू लागली.

उन्हाळ्याची सुट्टी सुरू झाली. तरी सुट्टीतही कामिरे सर गावातच राहिले. हा माणूस कारभार दुसऱ्याच्या हाती सोपवून सुट्टीला म्हणून निघून गेला, म्हणजे

त्याच्या विरुद्ध रान उठवायचं आणि त्याला परत येऊ द्यायचं नाही असं अण्णांनी ठरवलं होतं. पण गाव सोडून कामिरे कुठं हलले नाहीत आणि अण्णांचा हाही बेत फसला. पण दहा-वीस वर्षं राजकारणात असलेला तो माणूस काही गप्प बसेल? वेगळ्या मार्गानं त्यांनी काट काढायला सुरुवात केली!

कामिरे सुट्टीत बाहेर न जाता गावातच ठाण मांडून बसले. अर्थात शाळा नसली तरी काही मुलं-मुली त्यांना भेटायला घरी यायचे. काही मुलांनी सुट्टीत अभ्यास सुरू केला होता आणि डिफिकल्टी विचारायला ते त्यांच्या घरी जात होते. त्यांत एक-दोन मुलीही होत्या. त्या बापड्या सकाळच्या घरात काम करायच्या आणि नेमकं दुपारी त्यांच्या घरी जायच्या. का? तर तीच वेळ त्यांच्या सोयीची होती. त्यात कामिऱ्यांचा काहीच दोष नव्हता.

हळूहळू गावात कंड्या पिकत चालल्या. कुणी म्हणालं– ह्या मास्तरचं एक लग्न झालेलं असून त्यानं आपल्या बायकोला टाकून दिलंय! कुणी म्हणू लागलं– ह्यांची तिकडं बारा लफडी आहेत म्हणून तो खेड्यात आलाय्! असं एक ना दोन बारा भानगडी निघू लागल्या आणि हा सडेसोट माणूस ज्या अर्थी पोरींना घेऊन घरात बसतोय, त्या अर्थी इथं काही तरी पाणी मुरतंय असा संशय बळावत चालला. दोन-चार मुली आपल्या बिनधोकपणे त्यांच्या घरी जात होत्या. त्या गावच्या दृष्टीनं झाल्या राधा! आणि कामिरे झाले गोकुळातले कृष्ण!

सगळ्या मुली काही सारख्या नसतात. त्यांच्या घरी जाणाऱ्यांपैकी एक शिंप्याची पोरगी होती. ती होती जरा उडाळ. नीट डोक्यावरनं पदर घ्यायचा ते खांद्यावर पदर टाकून ती हिंडायची आणि जरा नटामुरडायची. कुणाकडं तरी बघून हसायची आणि कुणाबरोबर तरी बोलत उभी राहायची. म्हणून गाव तिला उडाळ म्हणायचं! कामिऱ्यांना याचा काही पत्ता नव्हता. जी येईल, तिला ते 'ये' म्हणायचे! विचारील तेवढं सांगायचे आणि काम झालं की, जा म्हणायचे. शिंप्याचीही पोरगी एक वही आणि पेन घेऊन अधनं-मधनं त्यांच्या घरी जाऊ लागली आणि गावात सगळा गवगवा सुरू झाला!

एक दिवस घडू नये ते घडलं!

कामिरे दुपारचे एकटेच घरी होते. घर म्हणजे चांगला चौसोपी वाडा होता. घरमालकांची बायका-पोरं सगळी दिवसभर रानात असायची. म्हणजे दिवसा तिथं दुसऱ्या कुणाचा वावर नसायचा. अशा वेळी हातात एक वही घेऊन ही पोरगी त्या वाड्यात शिरली.

चार टगी पोरं पाळतीवरच बसली होती. तिला आत गेलेलं तेवढं त्यांनी बघितलं आणि बाहेरनं दार लावून घेतलं! चांगली कडी घातली. दोघेजण परड्याच्या अंगाला पळाले. का? तर पुढचं दार बंद केल्यावर मागच्या अंगानं

निसटून जाऊ नये! मागच्या अंगालाही कडी लावली आणि त्या चौघा-पाचजणांनी मिळून त्या दोघांना आत कोंडून ठेवलं आणि मग आरडा-ओरडायला सुरुवात केली. नुसता दंगा उसळला! बघता बघता पाच-पन्नास माणसं गोळा झाली. 'काय रं काय भानगड?' असं विचारलं की, 'भानगड बाहेर नाही; आत चालू आहे.' म्हणून सांगू लागले. बाहेरचा हा दंगा ऐकून आणि दोन्ही अंगची दारं बंद झालेली बघून, आत सापडलेल्या दोन्ही जीवांची गाळण उडाली. कशाला दाद न देणारे कामिरे, पिंजऱ्यात सापडलेल्या उंदरागत आतल्या आत पळून खेळू लागले. आता काय आरिष्ट येईल, हे त्यांचं त्यांना कळेनासं झालं आणि अशात पोरीच्या जीवानं ठाव सोडला. भेदरून गेलेली ती पोर एका कोपऱ्यात जाऊन थरथरत उभी राहिली आणि गचागच हुंदके देत विचारू लागली–

''आता काय करतील हो, सर? कसं व्हायचं हो, सर?''

कसं व्हायचं, हे तिच्या सरांनाही कळत नव्हतं! बाहेर दंगा सुरू होता. गावभर आता गैरसमज पसरला होता. खवळलेले लोक एखाद्या वेळेस काहीतरी जिवाला धोका करतील असं वाटलं आणि काय करावं हे न सुचून कामिरे परड्याच्या अंगाला पळाले. तिथनं पळून जावं तर तेही दार बंद होतं. मग ते पुन्हा पुढच्या दरवाज्याकडे आले आणि आतनं दाराला धडकी देऊन धीर करून म्हणाले,

''कडी काढा, कडी काढा.''

बाहेरनं आवाज आला,

''आतच बसा, आतच बसा. अजून गाव गोळा होऊ द्या आणि तिचा बाप येऊ द्या. मग कडी काढतो!''

लोक कडी काढेनात तसा कामिऱ्यांच्या हाता-पायांत कापरा भरला! लोक आता काय करणार हे त्यांना कळून चुकलं. आता आपली हाडं जागेवर राहणार नाहीत अशी त्यांची खात्री झाली. आणि जीव वाचवायला म्हणून त्यांनीही आतनं कडी घातली. कडी घातली तरी दार मोडून लोकांना काय आत येता येत नव्हतं? पण काय करायचं? दुसरं काही सुचत नव्हतं. म्हणून भेदरलेले कामिरे कडी लावून आत बसले होते. काय काय चाललंय् हे दाराला कान लावून आतनं ऐकत होते. एवढ्यात बाहेरनं कुणीतरी म्हणालं,

''श्रीमंधर अण्णा आलं, श्रीमंधर अण्णा आलं!''

दुसऱ्या एकानं विचारलं, ''मग कडी काढू या का?''

दोघेचौघेजण एकदम म्हणाले, ''थांबा, थांबा. अण्णा आलं हे खरं, पर तिचा बाप येऊ द्या!'' कामिऱ्यांच्या अंगावर सरसरून काटा आला!

एवढ्यात दाण् दाण् पायाचा आवाज करत माणसांचा लोंढा पळत आला आणि दारावर धडकला! त्यांनी बातमी आणली होती– तिचा बाप आता येतोय.

हे सांगायला ते पळत आले होते.

हे ऐकून कामिऱ्यांची पाचावर धारण बसली आणि भ्यालेली पोरगी आधाराला त्यांचा हात धरून विचारू लागली,

"आता काय करायचं, सर? माझा बाप मला जिवंत ठेवणार नाही!"

कामिऱ्यांचे हात-पाय लटलट कापत होते. आणि एवढ्यांत बाहेर कुणीतरी ओरडलं,

"तिचा बा आला, बा आला!"

बाप आला तो पळतच आला!

आणि दार बंद होतं तरी पायातला जोडा उपसून उभा राहिला! त्या बंद दाराकडं बघूनच तो बोलला,

"तुज्यायला, तुज्या, सुक्काळीच्या तुजं टाळकं सडिकतो!"

दुसरे लोक म्हणाले,

"अगा, थांब, थांब,"

"आता थांब का?"

"कडी तर काढू द्या–"

लोकांनी कडी काढली. दार उघडायला नुसती झुंबड लागली! दार कुठं उघडतंय? दारावर धडक्या देऊन बघतात तर आतनं कडी! खवळलेला म्हातारा त्या दारावरच जोडा हाणत म्हणाला,

"येवढी गर्दी भाईर जमा झालीया, येवढं माणूस लोटलंय्, येवढं गाव सगळं गोळा झालंय् तरी सुक्काळीच्यानं कडी काडलीया का बगा!"

श्रीमंधर अण्णा म्हणाले,

"निवांत पोरगी घेऊन आत बसलाय! का काढंल कडी!"

"दार मोडा की त्येच्यायला!" असं म्हणून खवळलेला म्हातारा दारावर धडकी देऊ लागला. आणि एक तुफान सुटल्यागत समुद्र सारा खवळून गेला! बघता बघता दार मोडलं, माणसांचा एक लोंढा आत गेला. आणि भोवतीभर पाणी पसरावं तसं बाकीच्यांनी घराला गराडा घातला. वानराचं रूप धारण करून माणसं घराच्या खापऱ्यांवर चढून बघू लागली!

■

ह्योच माझा शिलोन

नामा जातीचा परीट. पण दोन सालामागं घरातनं भांडून तो बाहेर पडला. तोंड घेऊन दीड वर्ष कुठं गडपच झाला त्याचा गावाला काही पत्ताच लागला नाही. कुठं मिल्ट्रीत भरती झाला का आणि काही झालं हे कळायला मार्ग राहिला नाही. दीड वर्षानं तो गावात आला ते शिंपी बनून! येतानाच सिंगर छाप जुनं मॉडेल घेऊन आला. नामा परटाचा 'नामा टेलर' बनला. साधा नाही, लेडीज स्पेशालिस्ट! लोक त्याला नामा म्हणायचं सोडून नुसतं 'पेशालिस्ट' म्हणू लागले. पाडव्याच्या मुहूर्तावर ह्या पेशालिस्टानं दुकान उघडलं. 'कला टेलर्स' अशी एक झकास पाटी लावली. पाटीला फुलांचा हार घातला. गावाला पानसुपारी दिली. आणि 'कला टेलर्स' सुरू झालं.

आरगणीच्या उजेडात पेशालिस्ट खोक्यावर बसून खाली यंत्रावर पाय मारत होता. मन लावून लंगोटा शिवत बसला होता. सगळं झालं होतं, नुसत्या नाड्या लावायच्या राहिल्या होत्या. एवढ्यात रस्त्यावरनं हळी आली,

"पेशालिस्ट अ ऽ"

आवाज ओळखून वर न बघता खाली बघतच तो म्हणाला, "या, या पैलवान."

"झाला का नाही लंगोट अजून?" असं म्हणत पैलवान दुकानात शिरला. खाली न बसता यंत्राच्या पाट्यावर हात ठेवून उभाच राहिला. तसा पेशालिस्ट बोलला, "हे काय झालंच. नुस्तं बंद लावायचं ऱ्हायल्यात."

"कशाचं बंद लावता राव!" असं म्हणत पैलवान बोलला,

"चैत्री पाडव्याला कापड दिलं म्हणजे दिवाळी पाडव्याला शिवून देणार तुमी!"

"टेका हो, पैलवान."

"काय टेकता, राव! चार रोज झालं, अंगुळीचा खोळंबा झालाय्." असं म्हणून पैलवान खाली टेकला. एवढ्यात दुसरी हळी आली,

"पेशालिस्ट अ ऽ"

"या या."

"काय या?" असं म्हणून भरमगोंडा म्हणाला,

"आमचं बदाम झालं का शिवून?"

"या हो आत."

भरमगोंडाही आत गेला. आणि पाठोपाठ चकणा बाबू दारात आला. आत वाकून म्हणाला,

"काय पेशालिस्ट! कंपनी लय गोळा झालिया!"

ये न म्हणताच चकण्या आत गेला. आणि यंत्राचं चाक अडवून म्हणाला,

"काय शिवाय लागलायस?"

"अरं, चाक सोड की."

"न्हाई सोडत."

गयावया करत पेशालिस्ट सांगू लागला,

"बाबा, पैलवान येऊन बसलाय्. पंदरा दिवस झालं त्येचा लंगोटा द्याचा ऱ्हायला."

चकणा बाबू हसून म्हणाला,

"मग आता आणि एक रोजानं काय घोटाळा हुणार हाय?"

यंत्र बंद पडलं. नाड्या लावायचं काम तसंच राहिलं. पेशालिस्ट तोंडाकडं बघत बसला. आणि चकण्यानं विचारलं, "काय बोली केल्ती आज?"

"काय रं?"

"जरा आठवून बघ. आज मंगळवार हाय."

"मग काय म्हणणं?"

एक गुद्दा घालून चकण्या म्हणाला,

"ल्येका, आज तुज्याकडं भडंगची पाळी हाय. आधी अडशेरी चिरमुरं आण बघू."

भडंग म्हटल्यावर सगळेच चेकाळले. भरमगोंडा बदाम विसरला. पैलवानानंही लंगोट्याचा तगादा न लावता भडंगचं टुमणं मागं लावलं. घरातली एक पिशवी घेऊन पेशालिस्ट बाहेर पडला. मंडप्याच्या दुकानातनं चिरमुरे घेऊन तो परत आला. बघतोय तर दुकान फुल्ल भरलं होतं! सगळेच गोळा झाले होते. बसायला जागा नव्हती. बाळक्या सोनार खोक्यावर बसला होता. मांदिशाचा परशा आणि ढपाल्याचा अण्णू कापड बेतायच्या पाटावर बूड टेकवून बसले होते. सगळ्यांनी अशी जागा अडवली होती. पिशवी आत देऊन पेशालिस्ट बाहेर आला. बसायला जागा नव्हती म्हणून मधल्या उंबऱ्यावर ढुंगण टेकवून

बसला. आत भडंग तयार होत होते आणि बाहेर बोलणं रंगात आलं होतं. चकणा बाबू तारीफ करत म्हणाला,

"रंग बागी झकास दिलाई पेशालिस्ट! दुकान सजिवलं बघा आता."

"सजिवलं आणि कसलं!" असं म्हणून मागचा तक्या मांडीवर घेत पैलवान बोलला,

"गावात असं दुकान हाय काय?"

खोक्यावर बसलेला बाळक्या सोनार रिळातला दोरा दातांत धरत म्हणाला,

"बाबा, कला टेलर्स हाय हे! दुसऱ्या कोणच्या शिंप्यानं पाटी लावलीया काय अजून?"

ही गोष्ट खरी होती. गावात एकाला पाच-सहा शिंप्यांची दुकानं होती. पण अशी पाटी कुणी लावली नव्हती. स्पेशालिस्ट तरी दुसरा कुणी नव्हताच! तसं कला टेलर्स हे दुकान जोरात होतं. भिंतींना पिवळा रंग दिला होता. नर्गिस, वैजयंतीमाला, नूतन, साधना अशा वेचीव नट्या ओळीनं भिंतीवर तोंड दाखवत बसल्या होत्या. कुणी केस विंचरीत होती. कुणी डोक्यांत फुलं घालून बसली होती. आणि त्यांच्या जोडीला संत ज्ञानेश्वर, तुकाराम मांडी घालून बसले होते. शिवाजी महाराज हातात तलवार घेऊन घोड्यावर स्वार झाले होते. अशा शेलक्या तसबिरी भिंतींना शोभा आणत होत्या. वर हिरव्या किलतानाचा छत होता. खाली बसायला बोरूचा तट्ट्या, त्यावर जाजम, आणि टेकायला दोन तक्के, असा सगळा थाट होता. कला टेलर्ससारखं दुसरं दुकान गावात नव्हतं. . .

बाळक्या सोनार दातांतला दोरा काढून म्हणाला,

"पेशालिस्ट, दुकान सगळं सजिवलंय खरं; पण एक उणीव हाय बघ."

"कोणची, बाबा?"

बाळक्या बोलला,

"फकस्त एक रेडिवो कमी पडतोय."

रेडिओचं नाव निघालं आणि सगळ्यांनीच पेशालिस्टला हुलीवर घातलं. चकण्या बाबू बूड टेकवून बसला होता ते दोन पायांवर बसत म्हणाला,

"रेडिवो आण गड्या. त्याशिवाय काय खरं न्हाई."

पैलवानही एक उठाबशी काढून म्हणाला,

"पेशालिस्ट, रेडिवो आणाच. म्हणजे घरबसल्या तमाशा ऐकायची सोय झाली बघा. कनातीत बसून जाग्रण करायचं काराण न्हाई हो."

"काय पैलवान हे!" असं म्हणत ढपाल्याचा अण्णू बोलला, "तुमाला जाग्रण हुतंय म्हणून रेडिवो पायजे व्हय?"

"अगा, एक ऐकायची सोय झाली गा!"

"सोय सोडा," असं म्हणून अण्णू सांगू लागला,

"अहो, धंद्यातली टगळ हाय ही."

"कशाची टगळ?" असं पर्शानं विचारलं. आणि अण्णू समजावून सांगू लागला,

"त्येचं असं हाय, शिलोन ऐकायला तर माणसं जमतील? आणि रोज माणसं दुकानात बसायला लागली तर धंदाबी चांगला बसंल."

एकजण हसून म्हणाला,

"खाली बसंल म्हणतोस काय?"

"खाली का?" असं विचारून अण्णूनं सांगितलं,

"एकदा लोकांचं वळण पडलं म्हणजे दुसरीकडं कशाला कपडं टाकतील लोकं? त्यास्नी काय लाजा न्हाईत?" यंत्राच्या पाट्यावर एक बुक्की मारून बाळक्या सोनार म्हणाला, "एक रेडिवो आणाच, पेशालिस्ट."

विचार केल्यागत करून नामा म्हणाला,

"आणाय काय न्हाई, पर आता टॅक्स लई बसलाय गा! मुरारजीबाबानं घोटाळा करून ठेवलाय की."

"असा किती टॅक्स बसंल?"

"किती बसंल काय?" असं विचारून नामानं सांगितलं, "शंबर रुपये नुसतं टॅक्सच जाईल बघा."

"येवढंच न्हवं?"

"तर काय हे थोडं झालं?" असं विचारून नामा सांगू लागला,

"नुस्ता टॅक्स झाला शंबर रुपये. शिवाय मूळ किंमत एक तीनशे धरा. म्हणजे हे गेलं का चारशेच्या घरात?"

"हां, चारशे पडणारच!"

"आणि वायरिंग, फियरिंग हे मटेरील कुटं सोडता?"

"ते धरा पाच-पंचवीस रुपये."

"पाच-पंचविसानं काय कात हुतोय?"

"तर मग किती रे?"

"अरं बाबा," असं म्हणून नामा म्हणाला,

"वायरिंग हाय, त्याशिवाय फिटिंगबिटिंग हाय. म्हणजे तेबी एक शंबराच्या घरात जाणारच की."

पर्शा बोलला;

"म्हणजे घट्ट पाश्शे रुपये पायजेत म्हणा!"

"हां, बघ. पाश्शेचं बजेट असलं तर रेडिवोचं नाव घेऊन फायदा!" असं

म्हणून नामा गप बसला. आणि बाळक्याच म्हणाला,

"करा की जोडणी मग!"

"ही काय ल्येका कुळवाची जोडणी करायची हाय काय?"

रुपये पाचशे म्हणजे काही थोडथोडके नव्हते. तेवढा पैसा नामाजवळ नव्हता. जो जवळ होता तो त्यानं सगळा दुकानात घातला होता. बदाम, मुंडं, लंगोटा शिवून कसं तरी पोट बाहेर पडत होतं. रेडिओचा विचार सोडून नामा गप्पच झाला. आणि चकण्या बाबू डोळा घालून म्हणाला, "पेशालिस्ट, का काळजी करता?"

"तर देतोस पैशे?" बाबूनं सांगितलं.

"मी देत न्हाई खरं, मार्ग दावतो बघा."

मार्ग दाखवतो असं म्हटल्यावर बगळ्यागत मान पुढं काढून नामा म्हणाला,

"गप का बसलायस मग? कुणी तोंड शिवलंय काय तुजं? सांग की."

"मी सांगतो असं कर."

"कसं?" बाबूनं सांगितलं.

"खुळ्या, विचार कसला करत बसलाईस? जरा रुसून बस."

"रुसून बसू?"

"व्हय, रुसून बस म्हणजे सासरा रेडिवो देतोय बघ. काय कमी हाय त्येला? जावयासाठी त्येच्या हातनं काय एक रेडिवो सुटेना व्हय?"

चकण्या बाबूची आयडिया फर्स्टक्लास होती! आणि मग सगळ्यांनाच ती एकदम पटली. नामाच्या मनातसुद्धा आशा निर्माण झाली. कारण त्याचा सासरा तसा धनवान होता. गाठीला चार पैसे बाळगून होता. त्यानं मनात आणलं तर रेडिओ मिळणं काही अवघड नव्हतं. पाचशे रुपये काही त्याला जास्त नव्हते. त्याच्या मनात येण्याचाच अवकाश होता. नामा म्हणाला,

"सासऱ्याकडं मागितलं तर मिळण्यासारकं हाय खरं!"

"खरं आणि कसलं?" असं विचारून बाबू बोलला,

"तू माग! मिळतोय बघ."

"त्येच्या मनात आलं पायजे रे! मनात आलं तर एकाला दोन रेडिवो घेऊन देईल."

रिळातला दोरा तोडत बाळक्या हसून म्हणाला,

"एक सैपाकघरात आणि एक भाईर दुकानात म्हणतोस व्हय?"

भडंग खाऊन झालं. टोळकं सारं उठून गेलं. नामाचा पायच मशीनला लागेना झाला. रेडिओ नाही; तर दुकानात मजा नाही, असंच त्याच्या मनात येऊ लागलं. उणीव टोचत राहिली. नामाचं चित्तच कशाकडे लागेना झालं. काम न

करता तो विचार करत बसून राहिला. सासऱ्याला भेटावं आणि बोलून बघावं, असा विचार करून तो झोपून गेला. सासरा काही लांबचा नव्हता. अडीच मैलांवर त्याचं गाव होतं.

सकाळ झाली. नामा उठला. मशीनवर कामाला न बसता त्यानं तडक सासऱ्याचं गाव गाठलं.

हातपाय धुऊन झाले, सासऱ्यानं विचारलं,

"आदीमदीच येणं केलं?"

"आल्तो जरा." असं म्हणून नामा मान खाली घालून गप्पच बसला. कसं बोलणं काढावं हा पेच पडला. जेवणखाण झालं तरी पेच सुटला नाही. सासऱ्यानंच विचारलं, "आल्यापास्नं तोंड का असं रिंदीसं दिसतंय? काय कसलं कोडं पडलंय?" सासऱ्यानं अशी आपुलकीनं विचारणा केली आणि पडलेला पेच सुटल्यागत झाला. तोंड उघडून नामा बोलला,

"जरा काम हुतं!"

"कसलं?"

"रुपय एक थोडं पायजे हुतं."

"किती?"

"पाश्शे लागतील की!"

सासऱ्याच्या अंगावर काटा आला! जावयाच्या तोंडाकडं न बघता बाहेर रस्त्याकडं बघत तो म्हणाला,

"पाच-पंचवीस असतं तर काही तरी करून गरज भागिवली असती."

नामा म्हणाला, "पाच-पंचवीसनं काय कात हुतोय?"

"मग पाचशे रुपय घेऊन काय करणार हाय?"

"दुकानात एक रेडिवो घ्याचा विचार केलाय."

तोंडाकडं बघत सासऱ्यानं विचारलं,

"त्याच्यावाचून काय नडलंय?"

"धंद्याला बरं असतंय!"

"काय बरं असतंय?" असं विचारीत सासरा म्हणाला,

"न्हाई ते भिकंचं डोहाळं म्हणायचं!"

काय बोलावं नामाला कळंना झालं. सासऱ्याचं बोलणं त्याच्या मनाला लागून राहिलं. सासऱ्यालाच अक्कल शिकवत तो म्हणाला,

"दुकानाची टगळ तुमाला काय कळती? रेडिवो ऐकायला नादान लोकांचं येणंजाणं सुरू होतंय. वळण पडतंय."

"पडायचंच की!" असं म्हणून सासरा बोलला,

“न्हाई ते लोक येऊन दुकानात बसाय लागतील आणि हाय त्यो धंदाबी बंद हून जाईल. कुणी शिकिवलं हे तुमाला?”

नामा म्हणाला,

“कुणी शिकवाय कशाला पायजे? माजी मला काय अक्कल न्हाई?” असं म्हणून त्यानंच विचारलं,

“मी नाकळता हाय का अज्ञान हाय?”

सासराही बोलला,

“अज्ञान असता तर आमी लेक कशाला दिली असती तुमाला? पर सज्ञान असून असं का कराय लागलाय?”

“काय कराय लागलोय?” असं विचारून नामा म्हणाला,

“काय दारू प्यायला पैसा मागतोय, का जुगारात खेळायला.”

“ते काय न्हाई खरं, पर रेडिवो घ्याला काय पैसा देणार न्हाई बगा.”

असं सासऱ्यानं वट्टात सांगितलं आणि नामाचा आवाजच बंद पडला. त्याची काही मात्राच चालेना झाली. त्यानं पैसे परतफेडीच्या बोलीनं मागितले, कर्जाऊ मागितले, पण सासरा वंगला नाही. आपला मुद्दा तो सोडायलाच तयार नव्हता. मग नामा रुसला आणि माघारी निघून आला.

जावई असा रुसून गेला आणि रदबदली करायला लेक माहेरी गेली. बापानं लेकीलाच झाडलं. तीही रुसून सासरी गेली. पैसा असून सासऱ्यानं दिला नाही. नामाला राग आला, पण करणार काय? नवीन लग्न झालेलं असतं, तर बायकोला नांदवत नाही अशी धमकी घालता आली असती. पण लग्न होऊन सात-आठ वर्षं झाली होती. एकाला तीन पोरं पदरात होती. असं नाटक काही त्याला करता येत नव्हतं. आपलेच दातओठ खात तो गप घरात बसला. रेडिओची उणीव मात्र मनाला टोचत होती. काय करावं कळत नव्हतं. अशात कुठला तरी एक सत्याग्रह सुरू झाला. रोज पाच-दहा माणसांची तुकडी तुरुंगात जाऊ लागली. बातम्या येऊन कानावर आदळू लागल्या. ह्या सत्याग्रहाचा आणि नामाचा काही संबंध नव्हता. पण एक दिवस चकण्या बाबू दुकानात आला आणि खाली न बसता उभा राहूनच म्हणाला, “पेशालिस्ट, चान्स आलाय एक!”

“कसला?”

“रेडिवो मिळायचा.”

नामानं विचारलं,

“ते कसा रे?”

बाबू हसला आणि एक डोळा घालून म्हणाला,

"सासरा न्हाई म्हणतोय न्हवं?"

"व्हय."

"मग असं करू."

"कसं?"

बाबूनं सांगितलं,

"कसा झाला तर कोलापूरला सत्याग्र चालू हाय. आज आट-धा दिवस झालं, वातावरण सगळं गरम झालंय."

"मग ह्येचा आणि रेडिवोचा काय संबंध, रे?"

"सांगतो ऐक की," असं म्हणून बाबू बोलला,

"नसला संबंध तर आपून जुळवायचा!"

"कसा?"

"सासऱ्याला जाऊन सांग– गप रेडिवो घेऊन देतोस, का सत्याग्र करून तुरुंगात जाऊ?"

"असं म्हणतोस?"

"हा बघ-अशी धमकीच द्यायची."

ही युक्ती नामाला पटली. लगोलग नामा सासऱ्याकडं गेला. जातानाच त्यानं खादीचा वेष धारण केला होता. त्यानं उघड उघड सासऱ्याला सांगितलं,

"मामा, मी अखेरची भेट घ्याया आलोय्."

सासराही म्हणाला,

"अखेरची म्हणजे? संन्यास घेऊन कुठं निघालाय काय तुमी?"

"माजं मन उदास हाय."

"यवडं का उदास झालाय हो?"

नामा बोलला,

"दुकानात रेडिवो न्हाई, त्येनं डोस्कं बिगडल्यागत झालंय माजं."

"यवडं बिगडाय काय झालं?"

"चेष्टा समजू नका, मामा!" असं म्हणून नामा म्हणाला, "कोलापूरला सत्याग्र चालू हाय. दुकान, घरदार सगळं सोडून तुरुंगात जायाचा इचार केलाय मी."

सासरा हसला आणि हसून झाल्यावर म्हणाला,

"हवापालट कराय निगालाय म्हणा! काय वाईट न्हाई. या म्हैना दोन म्हैने जाऊन!"

नामा गार पडला. नांगीच तुटल्यागत झाली. उसनं अवसान अंगात आणून तो बोलला,

"खोटं का सांगतोय् काय तुमाला मी? खोटं समजू नका."

"खोटं का समजतो हो!" असं म्हणून सासरा म्हणाला,

"अहो, खरंच जाऊन या. देशभक्त झाला तर आमाला पायजेच हाय की! जाताना आमाला कळवा म्हणजे झालं."

"ते का?"

"म्हणजे एक फुलाचा हार तुमच्या गळ्यात घालू हो!"

"म्हणजे माजं बोलणं खोटंच वाटतंय तुमाला म्हणा?"

सासऱ्यानंही विचारलं,

"मग मी सांगतोय ते खोटं वाटतंय काय तुमाला?"

फाडकन नामा म्हणाला,

"असं असंल तर मग तुमाला जाऊनच दावतो!"

सासराही म्हणाला,

"आमी बगतच ऱ्हातो आणि वर जगालाबी सांगतो!"

"मग बगा तर!" असं म्हणून नामा एक म्हण बोलून गेला–

"असं म्हटल्यालं हाय– बोले तैसा चाले, त्यांची वंदावी पाऊले!" नामा एवढं बोलला आणि तिथं उभा न राहता चालू लागला. त्यानं आपल्या गावाची वाट धरली आणि त्याला पाठमोरा बघत सासरा आपल्या मनाशीच म्हणाला,

"असं तुरुंगात जाणारं लई बघितल्यात! म्हणं रेडिवो द्या; न्हाईतर तुरुंगात जातो!"

सासऱ्याची ही चूक झाली होती. आपल्या जावयाचा त्याला थांगच लागला नव्हता. त्याचं मन त्याला कळलं नाही. गरम होऊन निघून गेलेला नामा गेल्या गेल्या चकण्या बाबूला भेटला. त्यानं त्याला विचारलं,

"बाबू, सत्याग्र अजून किती दिवस हाय रं?"

"का? काय झालं?"

"मला तुरुंगात जायचंय."

बाबू हसून म्हणाला,

"अरं ल्येका, खरं म्हणतोस काय?"

"बाबा, तसं सासऱ्याला सांगून आलोय! मला जाणं भाग हाय."

बाबू हसत राहिला आणि नामानंच विचारलं,

"अजून किती दिवस सत्याग्र हाय?"

"किती दिवस चालंल ते काय सांगता येतंय?"

"मग मला गडबड केली पायजे तर!"

"खरंच जाणार असलास तर आपल्या भाई दोडक्यांना भेटून बघू."

"बघू कसलं, चल!"

दोघे मिळून भाई दोडक्यांच्या घरी गेले. आपणहून नामा विचारायला गेला आणि भाई दोडक्यांना अपूर्वाई वाटली! आपल्या गावातनं काही सत्याग्रही तयार करून त्यांना पाठवायचेच होते. विनासायास मासा गळाला लागला आणि भाई बोलू लागले,

"तुमच्यासारखी माणसं पाहिजेत. चांगल्या माणसांचाच आज देशात तुटवडा आहे."

तगादा लावत नामा म्हणाला,

"मला लवकर आत ढकलायचं बघा!"

"उद्या जा!"

उगीचच नामाच्या छातीत धडधडल्यागत झालं. त्यानं विचारलं,

"बरं, काय तयारी करावी लागती?"

"तयारी कसली? तिथं जाऊन पार्टीच्या कचेरीत हजर व्हायचं. ते सांगतील त्या घोषणा म्हणायच्या. झेंडेसुद्धा तिथं मिळतात."

"मग काय काळजी न्हाई."

नामा असं म्हणाला खरा. पण एक शंका मनात आली, आणि त्यानं विचारलं,

"हे सगळं झालं खरं भाई, आत गेल्यावर काय हाल हुत्यात काय?"

"हाल कसले?" असं म्हणून भाईंनी कान भरले,

"आत सगळ्या सुखसोयी आहेत. तुम्ही काही चोर-दरोडेखोर म्हणून आत जात नाही. राजकीय कैद्यांची बडदास्त ठेवली जाते."

मान हलवत नामा म्हणाला,

"मग काय हरकत न्हाई!"

भाई दोडके एकेक माहिती खुलवून सांगू लागले. नामा ऐकत राहिला. ते सांगू लागले,

"अहो, हापूसच्या करंड्या आम्ही आत धाडतो. का काळजी करता?"

नामा बोलला,

"कशाची काळजी करायची? रायवळ आंबा हितं खायाला मिळत न्हाई. जातो की तुरुंगात!"

"जा. या, जावा. चांगलं वजन वाढेल!"

नामाच्याही तोंडाला पाणी सुटलं. मागची कसली काळजी न करता, सासऱ्याला हिसका दाखवायचं ठरवून बहाद्दर गाव सोडून कोल्हापूरला गेला आणि सत्याग्रह करून तुरुंगात अडकला. बोलल्याप्रमाणे त्यानं करून दाखवलं.

सासऱ्याचेही डोळे उघडले. आपल्या लेकीला आणि तिच्या पोरांना घेऊन जावयाची आठवण काढत तो घरात बसून राहिला.

बायकोची आणि पोराबाळांची आठवण काढत नामाही तुरुंगात दिवस कंठू लागला. भाई दोडक्यांच्या नावानं नुसते खडे फोडत राहिला. ऐन आंब्याच्या सुगीत बिचारा तुरुंगात सापडला होता. गावात असता तर रायवळ आंबा तरी खायला मिळाला असता! दोन महिन्यांत त्याला एक आंबा दिसला नाही! उसळीतले खडे जाऊन पोटातली आतडी सगळी बिघडून गेली होती. तोंडाला कसली चव राहिली नव्हती. झक् मारून झुणका खाल्ल्यागत वाटत होतं. कधी एकदा तुरुंगातनं बाहेर पडेन आणि बायकोपोरात जाऊन बसेन, अशी आच लागून राहिली होती. हरघडी त्याला आठवण होत होती. नसता रेडिओ मिळाला तर काय बिघडलं असतं? त्याच्यावाचून काय नडलं होतं? असं तोच आपल्या मनाला विचारत राहिला. दिवस मोजत बसला.

दोन महिने गेले. सगळी शिक्षा भोगून झाली. नामा तुरुंगातनं सुटला. पोरा-बाळांना घेऊन बायको माहेरी गेल्याची बातमी त्याला तुरुंगातच मिळाली होती. म्हणून आपल्या गावी न जाता तो सासऱ्याच्या गावाला गेला. बोलल्याप्रमाणे त्यानं करून दाखवलं होतं! त्यालाही सासऱ्याला भेटायचंच होतं. शिवाय मनात एक आशा होती. तुरुंग भोगून आल्यावर तरी सासरा रेडिओ घेऊन द्यायला तयार होईलही! आपल्या मनानं घेऊन दिला तर घ्यायचा, देतो म्हटलं तर दे म्हणायचं, पण तोंडानं मागायचं नाही, असं त्यानं ठरवलं होतं. दिला सारखा, नाही दिला सारखा! करायची ती पुण्याई केली होती. आता फळ आलं, ठीक; नाही आलं, ठीक! येवो, न येवो, असं मनाशी म्हणत त्यानं सासऱ्याच्या घरात पाऊल टाकलं. गेल्यागेल्या पहिल्या झूटला सासरा म्हणाला,

"बाबा, आता थांबू नका. दोन म्हैने तुमचा ह्यो सगळा संसार सांबाळला. आता आपली बायकू आन् पोरं घेऊन सुटा कसं! हल्लीच्या दिवसांत ज्याला त्याला आपलं वज्जं जड झालंय. दुसऱ्याचं वज्जं आणि कुटं डोक्यावर घेऊन बसता!"

बायकोपोरं घेऊन नामा आपल्या गावाला निघाला. मन फार नाराज झालं होतं. काही बोलावंसंच वाटत नव्हतं. बायकोलाच त्याची कणव आली. चालता चालता ती म्हणाली,

"म्हातारा लई खाष्ट!"

"असू द्या बाई! काय करायचं?"

तीच म्हणाली, "लई चेंगट हाय द्वाड!"

"हाय त्येला काय करायचं?"

"बघा की, दोन हजारांचं उत्पन्न असून हातनं एक रेडिवो सुटला न्हाई." असं म्हणून ती बोलली, "जावयाची न्हाई, निदान लेकीची तरी माया फुटायची व्हती त्येला?"

"अग, मग आमाला तुरुंगवास कसा भोगायला मिळाला असता?"

"बघा की! जावायाला तुरुंगात घालून मोकळा झाला. दिला असता एक रेडिवो घेऊन, तर गाणं ऐकत बसलो नसतो खुशाल?"

नामा कसनुसं हसला आणि मागं वळून बायकोकडं बघत म्हणाला, "तुला पंचमीतली, हादग्यातली गाणी येतात न्हवं म्हणायला! मी मशीनवर बसल्यावर चौकटीत हुबा राहून तूच कवातरी गाणं म्हणत जा."

"मीच म्हणत जाऊ?"

"व्हय, मग काय करायचं!" असं विचारून नामा म्हणाला, "लई आशा हुती– सासरा एक रेडिवो घेऊन देईल म्हणून. त्येनं दिला असता तर शिलोन लावून ऐकत बसलो असतो. आता तूच गाणं म्हण. . . ऐकत बसतो. . . मनाला म्हणायचं, ह्योच माजा शिलोन! दुसरं काय!"

डोहाळे

खरी गोष्ट सांगतो. खोटी म्हणाल तर खुद्द आमच्या गावात घडलेली हकीगत आहे ही! तुम्हाला नवल वाटेल; पण त्याला इलाज नाही. सांगतो, ऐका–

एक वाण्याचं घराणं होतं. . . म्हणजे अजून आहे. कुणाला जाऊन खरं करून यायचं असलं, तर माझी काही हरकत नाही. पत्ता देतो. वाटल्यास डोळ्यांनी माणसं बघून यावीत. हो, तर शेजारीपाजारी काय सांगतात तेही आपल्या कानांनी ऐकून घ्यावं. म्हणजे आता मनातली शंका गेली? काय सांगत होतो मी? हां, आता कान द्या. एक वाण्याचं घराणं होतं. म्हणजे खाऊन पिऊन सुखी असलेलं सर्वसाधारण कोणतंही एक घर आपलं डोळ्यांपुढं उभं करा. केलं? एक तीन माणसं–म्हणजे एक आई, एक कर्तासवरता मुलगा आणि त्याची बायको, असं 'कुटुंब' डोळ्यापुढं रंगवा. . . रंगवलं? इथंच मेख आहे बघा! तुम्ही काय कल्पना केली? ही कशी माणसं मनात धरली? आता तुमची कल्पना मनात ठेवा आणि मी काय सांगतो ते ऐका. म्हणजे तुमचं-माझं कुठं जुळतंय काय हे बघायचं हं. जुळलं तर प्रश्न नाही; पण तफावत आली तर आपली उगच गम्मत बघायची. आता ही काय नमुन्यांची माणसं तुम्ही मनात धरलीत हे मला काही माहीत नाही. जे माहीत आहे ते मी सांगतो. ही तीन माणसं तीन तऱ्हेची होती. आता एकेकाची तऱ्हा काय असेल? आई एका तऱ्हेची तर मुलगा एक तऱ्हेचा आणि त्याची बायको एक निराळीच! असं हे त्रिकूट जमून आलं होतं. आईपासून सुरुवात करू–

आई कशी तर महाकजाग आणि चिक्कू! म्हातारीचं सारं चित्त पैशावर होतं. पैसा हा तिचा जीव की प्राण! भयंकर लोभी. मुलगा कसा? महाउधळ्या! त्याचं सारं ध्यान सिनेमावर होतं. हातात पैसा आला की लगेच त्याचं तिकीट व्हायचं! उशीर लागायचा नाही. जी सायकलवर टांग टाकायची ते थेट कोल्हापुरात जाऊन थिएटरावरच आदाळायचं. इतकी गडबड की, गड्याला धड तिकिटाची

शुद्ध नसायची. भान विसरून तसाच आत घुसायला बघायचा! भाद्दरानं आपल्या बैलजोडीचं नाव काय ठेवलं असेल म्हणता! एकाचं 'राजकपूर' तर दुसऱ्याचं 'दिलीपकुमार.' त्याशिवाय दोन दुभत्या म्हशी होत्या. त्यांची नावं दर सहा महिन्याला बदलायचा आणि थाटानं बारसं घालायचा रानात! असा ह्याचा सिनेमा! आणि बायको कशी? तिला नुसता खाण्यालेण्याचा नाद. नवरा मोट हाणताना 'यमुनाऽऽजळी' म्हणून ताना घ्यायचा आणि बायको 'शिव शंभू' साडी नेसून रानात जायची! म्हणजे आता आला का घोळ? घरात सिनेमा सुरू झाला! तुमचा एवढा 'सांगते ऐका' हा बोलपट. तो सुद्धा लागून गेला, पण घरातला सिनेमा हलायला तयार नाही. रोज खडाजंगी सुरू झाली. दिवस उगवला की ताशा सुरू व्हायचा.

सून सकाळी चुलीपुढं बसली की म्हातारीचा जीव गोळा होऊन याचा. तिकडं फोडणी दिली की इकडं तिच्या मनात चुर्रर व्हायचं. किती तेल ओतलं हीच काळजी तिला लागायची. ती तळमळून विचारायची,

–"अग किती त्याल घातलंस ग?"

"घातलं घडाभर!" तीही असं तोंडाला येईल ते बोलायची. 'नर्गीस' होतीच तशी! हां, सांगायचं राहिलंच. 'नर्गीस' हे तिच्या नवऱ्यानं लग्नानं ठेवलेलं नाव! तशी ती मूळची गंगा; पण 'गंगू' हे पहिलं नाव बदलून तिला 'नर्गीस' करून टाकलं होतं. तिच्या नवऱ्याचं नाव होतं तुकाराम. तो उपजला तेव्हा प्रभातचा 'तुकाराम' जोरात सुरू होता. हे नाव त्याच्या बापानं हौसेनं ठेवलं होतं. सुनेचं नाव बघायला तो हयात राहिला नाही ही गोष्ट निराळी!

ही तुकाराम-नर्गीसची जोडी जमली होती. पण शनीच्या घरात सासू बसली होती! तिच्यापुढं कुणाचं काही चालत नव्हतं. सकाळी उठल्यापासून नर्गीसचा आणि सासूचा झगडा सुरू व्हायचा. नर्गीसनं चूल पेटवली की सासूनं तोंड उघडलंच!

"अग, काय करतीस ग?"

"काय करते ते गप बघत बसा की."

"अग, पर सांग की ग, नर्गीस?"

'नर्गीस' हे नाव ज्याच्या त्याच्या तोंडात बसून गेलं होतं. एवढी तिची सासू जुन्या वळणाची, पण तीसुद्धा तिला नर्गीसच म्हणायची.

ह्या नर्गीसला काही करून खायची चोरी होऊन बसली होती. त्यात जीभ चांडी! मन आवरायचं नाही. रोज एवढं, रोज तेवढं तूपदूध घालून सांजा करून खावा वाटायचा. मन घट्ट करून केलं तरी पचायचा नाही. खाल्लेलं म्हातारी बाहेर काढायची आणि गावभर डंका व्हायचा. त्यापेक्षा मग न खाल्लेलं बरं

वाटायचं. पण ती मूळची खादाड! तोंडाला मुसकं घालूनच किती दिवस बसणार? नवी होती तोवर गप बसून राहिली. वर्षभर बघितलं आणि न जुमानता करून खाऊ लागली. तसा भांडणानं घरात जोर केला. आता काय करावं. . . कळेना झालं. चटणीसाठी जरा एक खोबऱ्याचा तुकडा घ्यायची सोय राहिली नाही. तुकारामही तसाच. त्याला सिनेमाशिवाय दुसरं काही कळत नव्हतं. पोटाची शुद्ध नव्हती तर! एक सिनेमा झाला की बास! पोट भरलं! ह्या तुकारामाला सांगून सांगून ती बिचारी दमली. आता काय करावं? जरा काय चवीचं करून खाता येईना झालं. अन्न कसं बरं गिळायचं? गोड लागेना. नर्गीस खादीवाचून वाळत चालली. एक वाळवी लागून झाड वठत नाही? तशी! आणि एक दिवस तिला अक्कल सुचली. आपली म्हण नाही. . . गरज ही सर्व ज्ञानाची कोण आहे म्हणतात की, तशातली गत झाली. भाद्दरणीनं डोकं लढवलं. आता कसं बघा–

सासू आणि सून दोघी मिळून जेवायला बसल्या होत्या. आधीच खोबऱ्याच्या चटणीवरनं सकाळी भांडण झालं होतं. अशानं घरावरच्या खापऱ्या खायला पुऱ्या पडायच्या नाहीत असं म्हातारी म्हणाली होती. त्या रागातच नर्गीस होती. जेवायला बसली तरी फुरंगटूनच बसली होती. आणि एकाएकीच काय झालं कुणास ठाऊक! जेवता जेवता एकाएकी नर्गीस उठली आणि थेट पळतच बाहेर रस्त्यावर गेली आणि तिथं उभी राहून चांगल्या ओकाऱ्या काढू लागली. तोंडात बोट घालून खाल्लेलं पाडून टाकलं आणि मग माजघरात खालवर घालून स्वस्थ पडून राहिली.

एकाएकी हे असं का म्हणून सासूसुद्धा जरा घाबरी झाली. जेवण सोडून ती जवळ आली आणि कपाळाला हात लावून विचारू लागली,

"का ग बाई नर्गीस, काय झालं?" एक नाही दोन नाही. वाचा गेल्यागत ती गप पडूनच राहिली. नर्गीस मुकी झाली. काही बोलेना आणि काही सवरेना. आणि सांगितल्याशिवाय काही कळेना! "अग काय झालंय ग?" बोलायला तयार नाही. भोग आला! एवढी म्हातारी रागाची, तर ती घाबरीघट्ट झाली. अशी खाष्ट बाई कापसागत मऊ होऊन गेली, तरी सून काही दाद लागू देईना झाली. झालं. संध्याकाळी तुकाराम रानातनं आला. ही सगळी हकीगत सासूनं त्याच्या कानावर घातली. म्हणाली, "बाबा, तू इचारून बघ!"

नर्गीस घुश्शात होती. त्यालाही तिनं काही दाद लागू दिली नाही. तर पडू द्या म्हणून त्यानंही तिचा नाद सोडला. मुकाट्यानं जेवण करून तो मोकळा झाला. तिला सोडून सासू एकटी कशी जेवणार? एका शब्दानं विचारायला तर पाहिजे? तशी ती तिला जेवायला उठवायला गेली. दुपारी काही खाल्लं नव्हतं. पोटात कावळे नाचत होते. मुळात खादाड! बिचारी आढेवेढे न घेता उठली

आणि जेवायला बसली. गपागप सऽऽगळं पुढ्यातलं खाऊन टाकलं. एकदोन घास शेवटचे उरले आणि नर्गीस उठून पळत रस्त्यावर गेली. उगीच वाकल्यासारखं करून तोंडानं वॉक् वॉक करू लागली. हे ऐकून तुकाराम पळत आला. तिच्या कपाळाला हातांचा आधार देऊन विचारू लागला– "का ग, असं?"

"का? काय झालं?"

"सकाळसारखंच पुन्हा आणि झालं हो."

"म्हणजे?"

"काय इचारतासा! जरा चूळ भराय पानी घेऊन या जावा."

बिचारा घाबरून गेला होता. पळतच आत गेला आणि तांब्याभर पाणी घेऊन बाहेर आला. खळखळून तिनं चुळी भरल्या आणि गप आत जाऊन ती पडून राहिली. तुकारामाला झोप लागेना. कंदील बारीक केल्यावर हळूच तोंडाजवळ तोंड नेऊन त्यानं विचारलं,– "नर्गीस, असं का ग?"

"काय!"

"न्हवं, हे काय व्हाय लागलं म्हंतो?"

"लई घाबरं झालायसा?"

"व्हायचा न्हाई?"

"मग काय करणार घाबरं होऊन?"

"बघू. नाहीतर उद्या डॉक्टरकडं जाऊ."

नर्गीस खुदकन हसली. तसं त्यानं विचारलं, "का ग?"

"का न्हाई."

"मग?"

"डॉक्टरला काय दावता?"

"दावाय नको?"

"खुळं का शानं!"

"मीच आणि खुळा!"

असं विचारून तो म्हणाला, "खुळे अंगावर काढून आणि काय झालं तर कुठं निस्तारतीस?"

ती हसून म्हणाली, "गप निजा आता."

त्यानं विचारलं, "जीव गप ऱ्हातोय?"

"काय करनार तर तुम्ही?"

"अग कायतर बघाय नको काय ग? हे असं कशानं काय?"

"तुम्हालाबी वळकंना?"

कावरंबावरं झाल्यागत करून त्यानं विचारलं, "म्हणजे काय म्हंतीस?"

"अहो, अंगावर काढायचंच दुकणं हाय हो हे!"

"अंगावर काढायचं?"

ती हसून बोलली,

"आता एक सोडून नऊ म्हैने अंगावर काढायचं बघा."

"आं?" असं म्हणून एका अंगावर पडलेला तुकाराम एकदम उठूनच बसला. अंधारात काही दिसत नव्हतं तरी टक लावून तोंडाकडं बघत राहिला. नर्गीसनंच विचारलं, "तुम्हाला राजकपूर का कोण पायजे हाय नव्हं?"

"अग, इच्छा तशी फळं! एकदम जुळं व्हावं म्हणतो."

"जुळं कशाला हो?"

"म्हंजे राजकपूर आणि दिलीपकुमार एकदमच झालं बग मग!"

"पर हेच कशानं होतील हो?"

छातीला हात लावून तो बोलला,

"बाई, लई पैसा खर्च केलाय त्यांच्यापाई मी! हे दोघं चुकलं, तर देव आनंद तर कुठं चुकत न्हाई बघ."

तोंड वळवून ती म्हणाली, "बरं, लई झालं! गप पडा आता."

"आता तुला कसं झेलतो बघत बस!"

"झेला म्हणं! तवर एक लवंग द्या तोंडात धराय."

त्यानं लगेच चंचीतनं एक लवंग काढली आणि स्वतःच्या हातानं तिच्या तोंडात घालून त्यानं विचारलं, "अग, पर तुझी ही भावना आईला कशी कळून आली न्हाई म्हंतो मी?"

"एवढ्या म्हाताऱ्या झाल्यात आणि कळून येईना तर!"

"मग अशी का बोलती ग?"

"त्यांस्नी दावायचं नसंल!"

"ते का?"

"कशा दावतील हो? मागंल ते करून घालाय नको आता?"

एका हाताची मूठ आपल्या मांडीवर दोनदा दोनदा आपटत तो म्हणाला,

"एवढं सोने गिळतो म्हणतीस तर आता तोंडात घालाय पहिजे!"

तिनं विचारलं, "पर त्या बऱ्या घालू देतील?"

तो उसळून बोलला, "अग, तिला काय करतीस! ती तशीच हाय! चौदा कॅरेटची!"

हाताचा मुटका तोंडाला लावून ती म्हणाली,

"म्हंजे हो?"

"लई नल्ल्याक-! आई असली तरी काय झालं? ते काय चांगल्या

गुणाचं हाय? लैकी चौदा कॅरेटचं हाय!''

"आत्ता ग बाई!''

"मग? माझ्या राजकपूरचा कान फुटू द्या म्हंतीस काय?'' असं विचारून तोच म्हणाला, "आता उद्यापासनं काय खाऊ वाटेल ते खायाचं बघ.''

"आणि त्यांचा तिळपापड व्हाय लागला तर!''

"तर! ते तरबिर्र काय काढत बसायचं न्हाई बघ! मनाला ईल ते करून खायाचं.''

पाहिजे होईल ते करून खायला मुभा मिळाली आणि दुसऱ्या दिवसापासनं नर्गीसनं खाण्यावर दणका लावला. सांजा काय, शिरा काय आणि पुरी काय? सकाळी शिरापुरी तर संध्याकाळी पुरीबासुंदी. त्यात सासूनं बोलायची काय सोय राहिली नाही. एक शब्दसुद्धा बोलायची तिला बंदी करून टाकली होती. जरा तोंड उघडून बोलायला जावं तर तुकाराम ताव काढत होता. बायकोची कड घेऊन आईबरोबर भांडायला उठत होता. पोटच्या पोराकडून बोलून घ्यायला नको म्हणून तीच गप बसू लागली. काय काय होतंय हे डोळ्यांनी बघत राहिली. असेच दोन तीन महिने गेले. चौथा लागला. एक दिवस आईच तुकारामला म्हणाली,

"बाबा, तुकाराम. . .''

"काय बोला, मातुशिरी?''

"तसं न्हवरं, बाबा.''

"कसं?''

काय बोलावं आणि कसं बोलावं ह्याचंच त्या म्हातारीला कोडं पडलं होतं. जरा विचार केल्यागत करून ती म्हणाली,

"उगच इचार कर.''

"केला, फुडं?''

"तसं न्हवं रं, असं झिडकारू नगोस मला.'' असं म्हणून त्या माऊलीनं विचारलं,

"तीन सरून चौथा म्हैना लागला तरी अजून पोट का दिसूने तिचं?''

"आग आए, एकेकाचं पोट आत आसतंय! समजलं?''

"काय तरी आकार आता दिसाया नको?''

त्यानं रागानं विचारलं, "आकार आणि कसला? काय फरक पडला न्हाई तिच्यात?''

"मस्त जाफराबादी म्हस झालीया! खाऊन खाऊन सुटलीया की!''

"मग आणि आकार कसला?''

"अरं, अंग मस्त चिरमुऱ्याच्या बोंदागत झालंय, पर पोट कुठं दिसतंय

रं?''

कपाळावर हात मारून घेत तो म्हणाला, ''पोट लपलंय ग अंगात! येवढं अंगावर मांस आलंय आणि पोट कुठं हाय म्हणती? घाटाचा जोर कणसावर गेलाय ग!''

''बरं, ऱ्हाऊ द्या, बाबा!''

पोराला काही विचारायची म्हणून सोय आता राहिली नाही तशी बिचारी गप बसून राहिली. नर्गीसनंही नवऱ्याचा चांगला आडसाटा घेतला आणि आपल्या हाताचा वासच येतोय म्हणून बसली. झालं, सून होती ती सासू झाली आणि सासूची सून होऊन बसली. सासूलाच आपल्या हातांनी शिजवून घालायची पाळी आली. सून मागेल ते करायचं आणि वाढायचं असा कायदा आला.

चौथा महिना संपून पाचवा लागला तरी काही उलगडा होईना. सुनेच्या पोटावरनं एक दिवस सकाळीच घरात जोरात भांडण सुरू झालं. तशी कलागत नको म्हणून तुकाराम आईला घेऊन रानात गेला आणि संध्याकाळी येऊन बघतात तर नर्गीस माजघरात एक कोपरा धरून पोटावर पडून राहिली होती. भुई जरा शेणानं सारवून घेतली होती. नको ते झालं होतं. तुकाराम हळहळून म्हणाला,

''काय झालं ग, नर्गीस?''

''बघा की काय झालं? दैव आपलं!''

तुकाराम कपाळ धरून बसला आणि डोळ्यांत पाणी आणून त्यानं विचारलं,

''काय खाल्लंबिल्लंस वावडं!''

''फफ्फय खाल्ला.''

''का ग?''

''म्हटलं काय हुतंय त्येला!''

''खाद आडवी आली ग तुझी खाद! अग, फफ्फय वावडा की ग.''

''बरं झालं. कलागत गेली. रोज किती भांडायचं?''

''अग, कलागत कसली गेली? फफ्फय खाल्लास आणि माझा राजकपूर गेला!''

आईच तुकारामाला म्हणाली,

''बाबा, उगी आता. जागा सारीवलिया त्यावर जरा काय तरी नावं लिवून ठेव.''

''आता काय नावं लिवू?'' असं म्हणून तो उठला आणि रांगोळी घातल्यागत पिठानं नावं काढली–

एक शहाणा ते वाचून म्हणाला,

"हे काय रं?"

"तिनीबी नावं लिहून ठेवल्यात. कोंचा असेल त्यो असंल! काय करायचं!"

म्हातारीनं विचारलं, "देवांची नावं मांडल्यात?"

"व्हय, देवांची!"

"काय काय?"

तो बोलला, "राजकपूर, दिलीपकुमार नाहीतर देवआनंद बघा."

"राम न्हाई, लक्षुमन नाही आणि हे काय रं?"

"हेच देव ग. देव आनंदात देव न्हाई?"

"कसला आनंद?"

"देवाचा आनंद न्हवं; देवआनंद. शिनेमाला गेल्याशिवाय त्यो कळायचा न्हाई. ह्यापैकी कोन तरी माझ्या पोटाला येणार होतं बघ. तिघंबी सारखं स्वप्नात येत हुतं म्हणनास."

म्हातारी म्हणाली, "बरं झालं, फफ्फय खाल्ला. ह्यो शिनेमा तरी एक भाईर पडला!"

■

दोन कमी पांडव

सुताराचा गणा, खोताचा अप्पू आणि शिरगुप्प्याचा महादू अशी एकापेक्षा एक इरसाल पोरं गावात होती. ह्या तिघांचं एक त्रिकूट होतं आणि तिघांनी मिळून एक सामाईक 'मेतकूट' जमवलं होतं. कसं आणि काय, हे देवाला ठाऊक! पण ह्या तिघांचेही संबंध एकाच पोरीबरोबर होते हे सगळ्या गावाला माहीत होतं. परटाची चंपी ह्या तिघांनाही लागून होती. ती होती उडाळच! आणि हे तिघेही तिच्याबरोबर सोकावले होते. अनेकदा लोकांनी ओढ्या-वघळीला आणि रानामाळाला त्यांना धरलं होतं. पण धरून त्याचा उपयोग काय! चंपीचा म्हातारा गरीब होता, आणि आईची जमा खुळ्यात होती. एक भाऊ होता, पण तो अजून नाकळता होता. चंपीपुढं कुणाचीच मात्रा चालण्यासारखी नव्हती. ती बापाला जुमानत नव्हती. आई तर बोलून चालून खुळी होती! धाकट्या भावाचं तरी काय चालणार! ती त्यांच्या टाळूवरनं हात फिरवत होती आणि लोकांना भीक घालत नव्हती. अशी ही चंपा एक वर्षभर गणू, अप्पू आणि महादूबरोबर संबंध ठेवून होती. मोठी देखणी होती, असंही नाही. काळी रंभाच होती; पण वयात आली होती आणि नाकाडोळ्यानं ठसठशीत होती. दुहेरी हाडाची ही पोर पुरुषाच्या भावना चाळवत होती. कानावर फुगे पाडायची आणि डोळ्यांत काजळ घालून हिंडायची. तिनं अगदी ताळ सोडल्यागत केला होता. कुणी भला माणूस सांगायला गेला, तर ती त्याला सरळ म्हणायची, "असा उपदेश करण्यापरीस माझं लगीन करून द्या की!"

असं बोलणाऱ्याचं तोंडही बंद व्हायचं. तिचंही बरोबर होतं. तिनं तरी किती दम धरायचा! पदर येऊन चार वर्षं झाली होती. तिच्या वार्गीच्या पोरींची लग्नं होऊन एकेकीला दोन-दोन, तीन-तीन पोरं झाली होती. आई-बाप लग्न करून देत नव्हते, त्याला ती तरी काय करणार! बरं, बाप असा, आई तशी! बापाला कुठं जायला नको, यायला नको. लग्नं काही सुखासुखी होतात! हातपाय हलवले, खटपट केली, चार पैसे खर्च केले, तर लग्न होणार!

एवढी ताकद तिच्या बापाच्या अंगात नव्हती. कुणीतरी आपण होऊन यावं आणि पोरगी घेऊन जावं असं त्याला वाटत होतं. असं काही घडत नव्हतं आणि पोरीनं तर ताळ सोडला होता. लोकांच्या वाळल्या धमकीला पोरगी बधत नव्हती. मग ती पोरं काय भीक घालणार? गावाला एक नवलच वाटत होतं. ह्या तिघांचा संबंध जुळून कसा आला आणि त्यात एवढा एकोपा कसा! हा चर्चेचा विषय झाला होता. चार टारगट लोकांनी 'दोन कमी पांडव' असं त्यांचं नाव पाडलं होतं आणि त्यांत सामील व्हायला आणखी काही पोरं खटपट करीत होती. आणि एक-दोन पोरं त्यात सामील झाली असती म्हणजे सरळ आपली पाच पांडवांची कथा तयार झाली असती. तसा घाट बांधून दोघे-चौघेजण जोरकस खटपट करीत होते, पण ते तिघेही पक्के वस्ताद होते. त्यांची डाळ शिजू देत नव्हते.

दुसरीही पोरं अशी खटपटीला लागली आणि प्रकरण गावाच्या डोळ्यांवर येऊ लागलं. गाव नासणार असं वाटू लागलं आणि मग चार भली माणसं मध्ये पडली. कुणी आपलं वजन खर्च केलं. कुणी पैसे दिले आणि एक स्थळ काढून झटकापटकी चंपीचं लगीन करून टाकलं.

त्या तिघांनी तिच्या लग्नात काही बिब्बा घातला नाही. त्यांनीही गावचा मान राखला. चार लोकांच्या शब्दाखातर त्यांनीही लग्नात पडेल ती कामं केली. मांडव घालायला तिघे हजर राहिले. आंब्याच्या डहाळ्या आणून टाकल्या. कावडी पाणी आणून ओतलं. तिघांनी मिळून चांगला आहेर केला. अक्षता टाकल्या. पोरगी नांदायला गेली. मांडव उतरला आणि तिघांनाही सुतक आल्यागत झालं!

चंपी नांदायला गेली आणि गम पडेना झाला! त्यांचा तरी जीव रमणार कसा! इतके दिवस तिच्या जिवावर त्यांनी चैन केली होती. सामाईक झाडांची फळं तिघेही वाटून घेत होते ते झाडच तोडल्यागत झालं! ती होती, तंवर काही वाटत न्हवतं. पण ती निघून गेली आणि तिची खरी किंमत त्यांना कळून आली. चहाडी चुगली करून लग्न मोडायला पाहिजे होतं! जरा बोभाटा केला असता, तर करून घेणारा कशाला करून घेतो? बोलून चालून लग्नाची बाब! एक फुणगी सोडून दिली असती, तर काम भागलं असतं. लग्नच जमवू द्यायला नको पाहिजे होतं. पण आता त्याचा विचार करून काय उपयोग होता! स्वतःच्या हातानं आपल्या पायावर कुऱ्हाड मारून घ्यावी तशी त्यांची गत झाली होती. ठायी ठायी चंपीची आठवण येत होती आणि सगळं भकास वाटत होतं. त्यात गाव एक आता चिडवत होतं. चंपीविना जीव तडफडत होता आणि लोकांना बोलायला विषय एक झाला होता.

पंधरा तीन वार गेले. गेले म्हणजे कसेबसे रेटले. घडोघटकी तिच्या

आठवणीनं जीव तळमळत होता आणि एक दिवस बातमी आली. तिघांच्याही चेहऱ्यावर आनंद पसरला. एक-दोन दिवसांत चंपा माहेरी येणार होती.

ते दोन दिवस जाता जाईना झाले. उगवलेला दिवस मावळेना झाला आणि मावळलेला दिवस उगवेना झाला. 'दोन कमी तीन पांडव' सारखे गळ्यात गळा घालून वावरू लागले. कुठं बसले, तरी एके ठिकाणी बसू लागले. कुठं गेले तर सगळे मिळून जाऊ लागले. बघावं तेव्हा तिघेही एकदम दृष्टीस पडू लागले आणि एक दिवस चंपा आली!

काळीसावळी चंपा चांगली उजळली होती. कळसाचं पाणी पडून तिच्यावर एक तेज आलं होत. लग्नातला शालू नेसून ती माहेरी आली आणि हे तिघेही तिच्या घरात जाऊन हजर झाले.

चंपानंही त्यांना अंतर दिलं नाही. लग्न झालं, तरी चंपा त्यांना विसरली नाही. आडपडदा न ठेवता बोलणी झाली. डोळ्यांत पाणी आणून आपली आठवण येत होती का म्हणून तिनं त्यांना विचारलं आणि त्यांनी आपली काय दशा झाली, हे वर्णन करून सांगितलं. झालं, पुन्हा सगळा खेळ पहिल्यासारखा सुरू झाला. लोकांत पुन्हा चर्चा सुरू झाली. आज इकडं दिसली होती, परवा तिकडं दिसली होती, असं लोक एकमेकांना सांगू लागले. व्हायचं ते होत होतं, लोक आपले उगाच बोलत होते. पण हे सगळे दिवस भर्रकन् निघून गेले. आठ-पंधरा दिवस झाले आणि चंपा पुन्हा नांदायला गेली.

अशी दोन-तीनदा ती आली आणि मग मात्र तिचं माहेरी येण्याचं काही चिन्ह दिसेना झालं. चांगले दोन-तीन महिने गेले आणि तडफड सुरू झाली. ती आली म्हणजे आठ-पंधरा दिवस राहात होती. जिवाला आधार वाटत होता. मिळायची ती सोबत मिळत होती, नांदायला गेली, तरी तेवढं दुःख होत नव्हतं. कारण तिकडं महिनाभर राहून पुन्हा परत येत होती. तेवढी ताटातूट जाणवत नव्हती. कारण तिकडं महिनाभर राहिली, तरी इकडं पंधरा दिवस तरी राहात होती. पण आता तिला जाऊन एकाला दोन, दोन्हीला तीन महिने झाले, तरी तिचं यायचं काही नाव दिसत नव्हतं. तिघांनाही चैन पडत नव्हतं. अखेर खोताचा अप्पू बातमी काढायला म्हणून तिच्या घरी गेला.

मान गुडघ्यात घालून म्हातारा सोप्याला बसला होता. अप्पूला बघून तो म्हणाला,

"काय अप्पू, कुणीकडं?"

अप्पू येऊन समोर बसला आणि चंची काढून म्हाताऱ्याच्या हातात हात देत म्हणाला–

"आलतो सहज!"

मग दोघांनीही पान खाल्लं. तंबाखूची लाळ चांगली तोंडात साठली आणि मग बाजूला पिचकारी मारून, सहज विचारावं तसं अप्पूनं विचारलं,

"काय? चंपाची काय बातमी?"

मान हलवून म्हातारा म्हणाला,

"हाय, बरी हाय की! बरं चाललंय तिचं."

कसं चाललंय हे कळून त्याला काही फायदा नव्हता. आजूबाजूनं बघितलं, तरी म्हातारा काही थांग पत्ता लागू देत नव्हता. अशाच इकडच्या तिकडच्या चार गप्पा झाल्या आणि मग अप्पूनं सरळच विचारलं,

"मग आता काय चंपा दसऱ्याला येणार हाय?"

म्हाताऱ्यानं एकवार तोंडाकडं बघितलं आणि मान वर करून तो म्हणाला,

"कशाचा दसरा आणि कशाची दिवाळी, बाबा! नवंनवं हुतं, तवर लावून देत हुतं. दर सणाला कुठलं लावून देतील? आणि आम्ही तरी कशाला सारखी घेऊन येऊ?"

खाकरल्यागत करून अप्पूनं अंदाज घेण्यासाठी विचारलं,

"मग आता काही लवकर आणीत न्हाई म्हणा. दिवाळीला बी न्हाईच?"

"दिवाळीला न्हाई कशी?" असं म्हणून म्हातारा म्हणाला,

"पहिली दिवाळी! जावई रुसणार न्हाई का? दोघास्नीबी बोलवायचं की."

एवढं कळलं आणि मग अप्पू उठला. लगालगा ही बातमी सांगायला गणा सुताराकडं गेला. शिरगुप्प्याचा महादू तिथंच बसला होता. ते दोघेही त्याचीच वाट बघत होते. अप्पू गेला आणि चेहरा काळाठिक्कर करून खाली बसला. दुसरे दोघेही त्याच्या तोंडाकडं बघत राहिले. गणानंच विचारलं,

"का रं अप्पून्या, काय झालं?" अप्पू काही बोलला नाही. तसं मग महादानं विचारलं,

"अरं काय झालं बोल की. काय भानगड?"

हात हलवून अप्पू म्हणाला,

"कशाचं काय मर्दांनो! आता ती कुठली येती!"

"काय झालं रं?" असं दोघांनीही आळीपाळीने विचारलं. एकदा सोडून दोनदा विचारलं. आणि मग एक हुंकार दिल्यागत करून अप्पू बोलला,

"बाबानू, आता ती दिवाळीला येणार म्हणं!"

हे ऐकून तोंडाचं पाणी गेल्यागत झालं. निराशाच झाली! अजून दसऱ्याचा पत्ता नव्हता. मग दसरा येणार! दसरा झाल्यावर दिवाळी येणार! म्हणजे लांबचा पल्ला होता. तवर दम काढायचा म्हणजे कठीण होतं! गवरी-गणपतीला येईल

असं वाटत होतं, तेव्हाही ती आली नाही. आता एकदम दिवाळीला येणार आणि तेही तिचा दाल्ला बरोबर असणार! मग येऊन तरी काय उपयोग होता?

शिरगुप्याचा महादू कराकरा आपलं डोकं खाजवत म्हणाला,

"असं हाय तर भाऊबीजेला ववाळायला येती ती!"

आणि गणा सुतार त्या दोघांच्याही तोंडाकडं टक लावून म्हणाला,

"आपल्याच्यानं काय एवढा दम निभवत न्हाई बाबा!"

आवाज चढवून अप्पूनं विचारलं,

"दम निभवत न्हाई, तर मग जाऊन घेऊन येतोस? आण की बोलावून."

गणा म्हणाला,

"तिचा बा असतो, तर जाऊन बोलावून आणलो असतो गाऽऽऽ

"बा न्हाईस न्हवं, मग गप बस तर!"

दुसरं काय हातात होतं? तिघेही गप बसून राहिले. आता एकदम दिवाळीलाच येणार, हे कळून काही सुचेनासं झालं. जवळचा पल्ला असता, तर आशा धरून निदान वाट तरी बघता आली असती. तिघेही बेचैन होऊन गेले. काही गोड वाटेना झालं. तिघांचेही तीन जीव तळमळत राहिले. तोंड वाईट करून गणानं विचारलं,

"आपल्याला असं उदास वाटतंय. कवा भेट हुईल म्हणून आपला जीव असा तडफडाय् लागलाय! तिला असं काय वाटत नसंल काय?"

अप्पू बोलला,

"तिला वाटेना तर, पण ती काय करणार, बाबा? ती पडली सासुरवाशीण!"

"ती कशाची सासुरवाशीण?" असं विचारून गणा म्हणाला,

"लगीन तिचं झालं आणि आम्ही सासुरवाशीण होऊन बसलो!" त्याला साथ देत महादाही कसंनुसं म्हणाला,

"व्हय की, त्याच्या आयला! होती सत्ता गेली आणि आपून बेवारशी होऊन बसलो."

तिघेही असंच बोलत राहिले. बोलण्याचंच एक सुख घेत बसले. तिघेही तहान-भूक विसरून गेले होते. भरगच्च रात्र झाली होती. बोलण्याला रंग चढत होता. गाव सगळं शांत झोपलं होतं. जिकडे-तिकडे सामसूम झाली होती आणि एक दारूचा अंमल चढावा तसा बोलण्याचा कैफ आला होता. एकाएकी गणा सुताराला एक कल्पना सुचली. लोलकागत त्याचे डोळे चमकू लागले. सप्पय टेकून बसलेला गणा झटक्यासरशी बुड उचलून दोन पायांवर बसला. अप्पू आणि महादू दोघेही त्याच्याकडे टक लावून बघू लागले. ताम्हाण उजळल्यागत गणाचा चेहरा सगळा उजळलेला दिसत होता. त्या आनंदाच्या भरात बसलेला गणा उठून

उभा राहिला आणि जागच्या जागी थयथय नाचल्यागत करून पुन्हा खाली बसला. चांगला आलकट पालकट घालून बसला. खालचा ओठ दातांत धरून एक डोळा बारीक केला. आणि फुसकनू हसून म्हणाला,

"आयला ह्याच! मला आयडिया घावली!" दोघांनीही मान झुकवून तोंडाजवळ तोंड नेलं आणि आळीपाळीनं विचारलं,

"काय सांग की. काय म्हणतोस?"

"हे बगा," असं म्हणून त्यानं चुटकी वाजवली. दोघेही डोळे लावून तोंडाकडे बघत राहिले. गणा पुन्हा म्हणाला,

"हे बगा ऽऽ"

"बघितलं रगगड ! फुडं बोल."

"त्याचं असं करायचं."

"कसं ते सांग."

सांगण्यासाठी म्हणून गणानं दोघांच्याही तोंडाकडं आळीपाळीनं बघितलं, आणि खालचा ओठ दातांत दाबून तो म्हणाला,

"जरा मर्दपणा करायचा!"

अप्पूनं रागानं विचारलं,

"अरे, काय करायचं हे सांगशील का नुसता मर्दपणा करायचा? कसला दगडाचा मर्दपणा करतोस! आमाला डोहाळं कसलं लागल्यात आणि ह्यो निघालाय मर्दपणा करायला!"

"अगा, ऐकून तर घ्या माझं."

"अरं, मग सांग की."

गणा सांगू लागला,

"एकेक दिवस ढकलणं जड झालाय ह्ये तर खरं. . ."

"खोटं न्हाई. फुडं बोल."

"दिवाळीपतूर थांबायला आपुन तयार न्हाई, ह्ये तर खरं?"

"आयला काय खरं-खोटं लावलंयास?"

"तुझी आयडिया सांग की लेका!"

असं कान धरून अप्पू म्हणाला आणि गणा बोलू लागला,

"आपुन जाऊन तिला घेऊन याचं!"

"बोलावून आणायची."

पायाखालची भुई हादरल्यागत ते दोघेही त्याच्या तोंडाकडे बघत राहिले; आणि अप्पूनं भीत भीत विचारलं,

"ते कसं आणायचं रं?"

"गाडी घेऊन जायाचं आणि आणायचं.'' सगळेच येडबडले आणि मग गणानं खुलासा करून सांगितलं,

"हे बगा, ह्यालाच मी मर्दपणा म्हणतो. एक बैलगाडी करावयाची. एकजण कोणतरी बोलवाय जायचं. कसा झाला तरी तिचा बा म्हातारा हाय. त्यालाच जरा बरं न्हाई म्हणायचं. गाडी लावून दिलीया असं सांगून घेऊन याचं.''

डोक्यात अडगेपणा घेऊन अप्पूनं विचारलं,

"आणि घेऊन येऊन काय करायचं?''

"खुळ्या!'' असं म्हणून गणा म्हणाला, "तिला आणून काय करायचं, म्हाईत न्हाई? आणायची. एक-दोन रात्र तुझ्या वस्तीवर ठेवू आणि तिसऱ्या दिवशी पुन्हा गाडी जोडून पोहोचवून येऊ.''

चळाचळा तोंडाला पाणी सुटलं. पण मनात शंका आल्याशिवाय राहिली नाही. महादूनं विचारलं,

"म्हाताऱ्याला बरं न्हाई, असं सांगितल्यावर सासऱ्याला बगायला जावईबी याला उठला तर?''

गणा म्हणाला,

त्याला सांगायचं, "बाबा, काय जास्त न्हाई. लेकीला जरा बघावं वाटलं, म्हणून गाडी लावून दिलीया. सगळं येण्याचं कारण न्हाई. रानंमाळं, आपली तापद्रा सोडून दुसरं कुणी येऊ नका आणि आणू नका, असं म्हाताऱ्यानं मुद्दाम बजावलंय असं सांगायचं. दुसरं काय घोळ घालूच द्याचा न्हाईगा!''

गणाचं हे बोलणं पटल्यागत झालं. आणि अप्पूही म्हणाला,

"त्याला मोडता घालता येईल आणि आपुन एवढं सांगितल्यावर, त्यो तरी कशाला आपला कामधंदा सोडून येतो म्हणून बसंल?''

"आणि हे बग– '' असं म्हणून गणा बोलला,

"तसं काय दिसलं, तर आतल्या अंगानं चंपीला जरा डोळा घालून खुणवू की. ती मग काय करायचं ते करणार न्हाई?''

"करंल की!''

"करंल न्हवं. बरोबर दादल्याला घरात बसवून गाडीत चढती का न्हाई बगा.''

एकूण सगळ्या गोष्टींचा तिघांनी मिळून बारीक खल केला. बापानं बोलवायला गाडी लावून दिलीय असं सांगून तिला घेऊन यायचं, दोन रात्री अप्पूच्या मळ्यात काढायच्या, दिवसा फडात बसवायचं, रात्री खोपीत आणायचं. आणि तिसऱ्या दिवशी भल्या सकाळी तोंडाला तोंड दिसायच्या आत गाडी जोडून तिला

सासरी नेऊन पोचवायचं असं सगळं ठरवून दुसऱ्या दिवशी गाडी जोडून भाद्दर तिला आणायला गेले! सगळ्यांनी कशाला जायचं, म्हणून गणा एकटा गाडी घेऊन गेला. बाकीचे दोघे गावच्या ओढ्यात वाटेवर बसून राहिले.

. . . दिवस मावळायला चंपाला घेऊन गणाची गाडी ओढ्यात आली. तिघं मिळून रात्रीचे परस्पर अप्पूच्या मळ्यात गेले. ठरल्याप्रमाणं एकाला दोन रात्री गेल्या. तिसऱ्या दिवशी भल्या सकाळी गाडी जोडून तिघेही तिला पोचवायला निघाले. गाव जवळ आलं, तसं अवघडल्यागत वाटू लागलं. गणानं विचारलं,

"व्हयं चंपा, आता पुन्हा कवा येऊ?"

चंपा हसली आणि तिघांच्याही तोंडाकडं बघत म्हणाली,

"कवा म्हाताऱ्याला जास्त हुईल, तवा या की!"

"पंधरा तीन वारानं येऊ?"

"कवाबी याकी हो! जवा याचं तवा म्हाताऱ्याला आजारी पाडा आणि गाडी घेऊन या म्हंजी झालं."

समाधानानं हसून गणा म्हणाला,

"म्हंजे आता पंधरा-तीन वाराला तुझ्या म्हाताऱ्याला सारखं कमी-जास्त करतच बसायचं म्हण!"

"न्हाईतर देवाचं निमित्त करून वस्तीलाच तिकडं येत चला की."

"तसं चालंल?"

"हिकडं आलं तर चालतंय आणि तिकडं आलं तर चालत न्हाई व्हय?"

गणा बोलला, "हे एक बरं झालं. का म्हणशील? तर सारखं तुझ्या म्हाताऱ्याला आजारी पडायला नगो."

"आणि मलाबी उठून सारखं तिकडं याला नको. आमच्या गावाच्या देवाला खेटं घाला!"

विचार करून गणा म्हणाला, "कवा बाला आजारी पाडू, कवा देवाला खेटं घालू. . . दोन्ही करू. . ."

■

धुळा

धुळा नावाचा आमचा एक गडी होता. म्हटल्यास खुळा, म्हटल्यास शहाणा, अशातली त्याची हजरी होती. घरातला बाजारहाट सगळा तोच करी. हा व्याप सांभाळताना तो अनेक गमती करी. धुळाला भाजी आणायला सांगितली, तर चार-सहा आण्यांची भाजी न आणता भाजी विकणाऱ्या बाईलाच तो घेऊन येई! तो कोणत्या वेळी काय करील याचाही काही नेम नसे. त्याचं डोकंही असं तल्लख होतं की, एका कामात दोन कामं तो उरकून घेत असे. साखर आणायला गेला म्हणजे न सांगता चहाही घेऊन यायचा! अशा या धुळावर घरातल्या सगळ्या माणसांची भिस्त होती. मला तर त्याचा लळाच लागला होता. त्याच्या खांद्यावर बसून मी गावभर हिंडून येई, शाळेला जातानाही त्याच्या खांद्यावर बसूनच जाई. शाळेला जाण्यायेण्याच्या खेपाही पुष्कळ होत. सकाळी सात वाजता तो एकदा मला पोचवायला येई आणि लगेच आठाच्या सुमारास दूध पिण्यासाठी घरी न्यायला येई. दूध पिऊन झाल्यावर पुन्हा शाळेत आणून सोडी आणि शाळा सुटायच्या वेळेस पुन्हा शाळेत हजर होई, असं आमचं हे वेळापत्रक होतं!

त्या दिवशी शाळा-तपासणी होती आणि त्याच वेळी परीक्षाही होती. डेपुटी आमच्या वर्गाची परीक्षा घेत होते. आठ वाजले तरी त्यांची परीक्षा काही संपेना. मला बोलवायला आलेल्या धुळाला काही दम धरवेनासा झाला. बाहेर मास्तरांनी मोठ्या जिकीरीनं त्याला थोपवून धरलं होतं. पण आठ वाजून गेले तसा धुळा मास्तरांना न जुमानता आमच्या वर्गात शिरला आणि थेट माझ्याजवळ येऊन म्हणाला, "चला, मालक."

काय करावं हा मला प्रश्न पडला. डेपुटीकडे बघितलं तर त्यांचा चेहरा टमाटूगत लालबुंद दिसत होता. आपले डोळे वटारून ते धुळाकडेच बघत राहिले होते. हेडमास्तरही भांबावून गेले होते, धुळा कुणाची कदर न करता पुन्हा मला म्हणाला, "चला, मालक. . . उठा."

मीच म्हणालो, "परीक्षा चाललीय. मी येत नाही."

तो थाडकन बोलला, "रडली परीक्षा! दुधापरीस काय परीक्षा लईची हाय काय? चला, दूध पिऊन या आणि मग परीक्षा द्या म्हणं."

खुर्चीत बसलेले डेपुटी ताडकन उठून उभे राहून म्हणाले, "कोण तुम्ही?"

छातीला हात लावून धुळानं सांगितलं, "मी रावसाबांचा गडी हाय! धुळा म्हंत्यात मला, धुळाऽऽ!"

माझे वडील मामलेदार होते. त्यांच्या जिवावर धुळा कुणालाही असं बोलत असे. त्याचं हे उत्तर ऐकून डेपुटी सर्द झाले. रुमालानं एकवार तोंड पुसून ते खालच्या आवाजात म्हणाले,

"बाबा, परीक्षा चाललीय."

"मग चालू द्या की परीक्षा! त्याला का कुणी बंदी घातलीया?" असं बोलून तो मला म्हणाला, "चला मालक, धारा काढल्या असतील."

डेपुटींना काही राहवलं नाही. रागारागानं ते म्हणाले, "आधी बाहेर व्हा."

"का हो, काय झालं?"

"आधी बाहेर व्हा आणि मग बोला."

"भाईरनं कसं बोलणार?"

"बाहेर व्हा म्हणतो ना!"

"ते काय भागायचं नाही बघा!" धुळानं असं वट्टात सांगितलं आणि डेपुटीनं आणखी तावात विचारलं,

"भागायचं नाही म्हणजे?"

धुळा म्हणाला, "भागायचं नाही म्हणजे भागायचं न्हाई! साळा ह्या गावची हाय आणि त्यावर अधिकार आमचा हाय!" असं सांगून तो मला म्हणाला, "चला मालक, उठा."

डेपुटींनी दम भरला, "मुलगा नापास होईल!"

"कुणाला दम देतो?" असं विचारून तो म्हणाला, "रावसाबांचा मुलगा हाय! पास झालाच पायजे!" आणि एवढं बोलून त्यानं माझं दप्तर उचलून हातात घेतलं आणि तिथंच खाली बसून खांदा देत म्हणाला, "बसा, मालक."

मीही रावसाहेबांचा चिरंजीव होतो! परीक्षा अर्ध्यावर टाकून धुळाच्या खांद्यावर बसलो. धुळा डेपुटींकडं तिरकं बघत बाहेर पडला. अंगाला झोके देत तगाद्यानं चालला. नीट घरी जाण्याऐवजी थेट कचेरीत आला आणि मला खांद्यावर घेऊनच रावसाहेबांच्यापुढं उभा राहिला.

धुळा कचेरीत येऊन उभा राहिला तसे रावसाहेबही दचकले. तोंडात बोट घालून ते म्हणाले,

"का रे धुळा, का आलास?"

"सरकारचं खाऊन माज आलाय!"

धुळा कोणाबद्दल बोलतोय, हे न समजून रावसाहेब घाबरे झाले. ओठाला लावलेलं बोट तोंड उघडून जिभेला लावत ते म्हणाले,

"झालं तरी काय?"

"काय व्हायचं? मालक नापास होत्यात म्हणं! ह्यांच्या काकांनी नापास केलं होतं!"

कारकून मंडळी लांब झाली. पट्टेवाला कान देऊन ऐकू लागला. सगळेच आश्चर्याने बघत राहिले. धुळा तावातावानं सांगत होता,

"रावसाब, आत्ताच्या आत्ता एक संगं पोलीस द्या आमच्या. बगतो कसा नापास करतो ते!"

हळूहळू प्रकरण रावसाहेबांच्या डोक्यात शिरून प्रकाश पडला. गोष्ट ध्यानी आल्यावर ते नेहमीप्रमाणे शांतपणे म्हणाले,

"शहाणा आहेस! जा, शाळेत पोचवून ये जा."

"रावसाब, अधी त्यास्नी दम द्याय पायजे! नापास करतो म्हणतोय! काय चेष्टा हाय व्हय ही?"

"पुढं बोलू नको. मी सांगतो ना, शाळेत पोचवून ये म्हणून."

यावर धुळाचा निरुपाय झाला. रावसाहेब आता रागावले होते. उलट रावसाहेबांनीच का रागवावं, हे त्याला कळत नव्हतं. याचा त्याला थोडा रागही आला होता. चालता चालता तो मला म्हणाला,

"आपल्या रावसाहेबांचं चुकतंय. . . हातात अधिकार असून दाब देत न्हाईत!"

काम न होताच माघारी फिरायला लागल्यानं धुळा भयंकर उदास झाला होता. तो दातओठ खात चालला होता. हात हलवत शाळेत परत जाणं काही त्याला बरं दिसत नव्हतं. तो मला म्हणाला,

"मालक, आता आपुन जाऊ घराकडं."

"आणि परीक्षा बुडेल की!"

"परीक्षा बुडती! कशी बुडती बघू की!"

असं म्हणून त्यानं मला थेट घराकडं नेलं. मला आईपुढं उभं करून म्हणाला,

"आईसाब, शाळेतला मास्तर लई चढेल झालाय हो!"

"काय झालं मेल्याला?"

"मालकास्नी नापास करतो म्हणतोय!"

"अरं, थट्टेनं म्हणाला असेल!"

"थट्टा न्हाई, आईसाब! परीक्षा चालू हाय. दूध प्यायला सोडणार न्हाई म्हणाला."

"मग राहिलं असतं दूध प्यायचं एक दिवस."

"बरं ऱ्हातंय? झक मारना का परीक्षा ती! पोटाला खायचं न्हाई, प्याचं न्हाई, असली कसली परीक्षा आलीय हो?"

"मग सोडत नसताना घेऊन आलास होय?"

"तर मग सोडतो का? त्याचा चांगला काटाच बसवाय पाहिजे बघा!"

आई हसून म्हणाली,

"मूर्ख आहेस झालं!"

असं म्हणवून घेण्याची पाळी त्याच्यावर अनेक वेळा येई. एकदा सकाळीच उठल्या उठल्या रावसाहेबांनी त्याला न्हाव्याला बोलावून आणायला सांगितलं. ठरलेल्या वारी न्हावी न चुकता घरी येत असे, पण त्या दिवशी रावसाहेबांना कुठं परगावी जायचं होतं, म्हणून न्हाव्याला बोलवायला धुळा बाहेर पडला. सकाळी बाहेर पडलेला धुळा दुपारची जेवणं झाली आणि रावसाहेब निघून गेले तरी परतला नाही; तेव्हा आम्ही सगळे वाट बघत राहिलो. हा धुळा गेला तरी कुठं हेच कळेना झालं. न्हाव्यालाच बोलवायला गेला की आणखी कुठं गेला याचाही उलगडा होईनासा झाला. दुपार झाली तसा आणखी एक गडी धुळाला शोधायला गेला. धुळा न्हावी शोधायला गेला आणि धुळाला शोधायला दुसरा गडी पाठवावा लागला. तिसरा प्रहर उलटला तसा धुळा काही सापडत नाही, असं सांगत तो गडी परत आला, तशी आम्हालाही चिंता वाटू लागली. हा कुठं गेला असावा, हा तर्काचा विषय असला तरी तो कुणाला हाताळता येईना. संध्याकाळची चहाची वेळ झाली तरी धुळाचा काही पत्ताच लागत नव्हता. अखेर वाट बघून बघून आम्ही कंटाळलो आणि आत चहा घेत बसलो असताना धुळा घाईनं आत आला आणि आईला म्हणाला,

"आईसाब, रावसाब कुठं हैत? न्हावी आलाय!"

"रावसाहेब अजून थांबतायंत होय?"

"तरी मला वाटलंच होतं, की, इतका वेळ कुठलं थांबत्यात! गेलं असणार गावाला."

"अरे, गावाला जावोत न जावोत, पण आता न्हाव्याला कशाला घेऊन आलास?"

"रावसाहेबांनीच सांगितलं होतं की, घेऊन ये म्हणून."

"अरे, सांगितलं होतं हे खरं, पण आता कोण हजामत करील का?"

तो खाली मान घालून म्हणाला, "म्हणजे, माझीच चुकी झाली व्हय?"

आईने विचारलं. "नाही तर मग चूक कुणाची?"

तो निकरावर येऊन म्हणाला, "अहो, पर त्याला मी काय करणार हो, आईसाब?"

"मी काय करणार म्हणजे?"

"व्हय, न्हावीच गावला नाही लौकर. हिकडं बघ, तिकडं बघ, असं करत सारं गाव धुंडलं. ह्यातच दुपार झाली. अखेर शेवटी कळलं, त्या खोताच्या वस्तीवर मळीकडं गेलाय. मग काय, गेलो झालं दोन मैल चालत आणि तिथं जातो, तर कळलं, त्यो तसाच आपल्या रानाकडं गेलाय. असं रान हिंडत हिंडत शेवटी धरून आणला!"

आई पुन्हा तेच उगळून उगळून म्हणाली– "मूर्खा! इतका उशीर झाल्यावर त्याला कशाला आणायचं, हे कळू नये तुला? आणि त्या न्हाव्याला तरी समजू नये का?"

"त्यो का, त्यो आता न्हाईच म्हणत होता." असं म्हणून तो सांगू लागला–

"मीच म्हटलं, ते काय भागायचं न्हाई. तिथनं हितवर आलोय ते काय हात हालवत माघारी जायला? एकाद्या वेळी रावसाब वाट बघत बसलं असत्याल आणि मग आपली हजामत व्हायला नको! रावसाब वाट बघत बसलं असतं म्हणजे मग?"

काही बोलण्याऐवजी आई हसू लागली, पण धुळा गंभीर होऊन म्हणाला–

"माझं काय चुकलं सांगा की! आता रावसाब एक गावालाच गेलं हे सोडून द्या; पर असतं म्हणजे इतका उशीर जाऊन सबंध दिवस घालवून मला एक न्हावी आणता येऊ नये, असं जर झालं असतं, तर हजामतच केली असती का न्हाई त्यांनी माझी."

आईनं हा विषयच सोडून विचारलं–

"बरं, जेवलास का कुठं? का अजून उपाशीच आहेस?"

"जेवतोय कशाचं? हजामामागनं हिंडू कवा आणि जेऊ कवा? आधी काम आणि मग बाकीच्या गोष्टी."

"बरं, मग जेवायला बस कसा."

"जेवतो, पर ह्या न्हाव्याला काय जा म्हणून सांगू का बस म्हणू?"

डोक्याला हात लावून आई म्हणाली–

"कपाळ माझं! त्याला बसवून कशाला घेतोस? का ते येईतोवर चार दिवस त्याला बसवूनच घेणार इथं? जा, त्याला जायला सांग."

तिथनं हितवर आणल्यासारखं काही कामही झालं नाही. रिकामा हेलपाटा

मात्र पडला असं वाटून तो म्हणाला,

"एवढं दिवसभर हिंडून त्याला बलवून आणल्यासारखं रावसाब असतं म्हणजे बरं झालं असतं."

आई रागानं म्हणाली,

"मग तुझं चांगलं केलं असतं त्यांनी! मेल्या, या वेळी ते न्हाव्यापुढं बसतील होय?"

बहुधा काय उत्तर द्यावं हे न कळूनच तो गप्प उभा राहिला. तशी आई त्याला म्हणाली,

"जा, त्याला जायला सांग जा."

. . . धुळा असा भाबडा होता. ज्याची भाकरी खायची त्याची इमाने- इतबारे चाकरी करायची एवढं त्याला ठाऊक होतं. आयुष्यात तो एकाकी होता. बायकापोरांचा लोढणा त्याच्या गळ्यात नव्हता. त्याला स्वतःचं असं घर नव्हतं; रानमाळ नव्हतं– काही नव्हतं, एकला जीव आणि सदाशिव असा हा माणूस! पण आपण एकटे आहोत असं त्याला कधीच वाटत नव्हतं. आमच्या घरातलाच तो एक माणूस होता. आमच्यात कुणाला दुखलं-खुपलं तर त्याचा जीव कासावीस होऊन जाई.

एकदा आईचे संधिवाताने गुडघे धरले आणि ती अंथरुणाला खिळून राहिली. तिला जरा कमी-जास्त झालं, तर न सांगता हा वैद्याला घेऊन येई. दिवसातनं चार-चारदा तो वैद्याला घरी आणायचा. वैद्यबुवांना पडणारे हेलपाटे बघून एक दिवस रावसाहेबच त्याला म्हणाले,

"मूर्खा, चार-चारदा वैद्यांना कशाला बोलावून आणतोस?"

"आईसाब तळमळत्यात आणि कशाला बोलावून आणतोस म्हंजे?"

जीव न राहवून दिवसातून चार-चारदा वैद्याला बोलावून आणणारा धुळा आई अंथरुणाला खिळली असता एक दिवस कुठे बेपत्ताच झाला. सगळ्यांना मोठं आश्चर्य वाटू लागलं. हा न सांगता-सवरता कुठे बेपत्ता झाला, हेच कळेना. सकाळी घर सोडून गेला तो संध्याकाळीही परत आला नाही, दुसऱ्या दिवशीही परतला नाही, तशी आम्हा सगळ्यांना त्याची काळजी वाटू लागली. रावसाहेबांचंही तोंड उतरून गेलं. आईही आपलं दुखणं विसरून चिंतातुर झाली. ती रावसाहेबांना म्हणाली,

"तुम्ही कोणी त्याला काही बोलला का?"

कोणी त्याला काही बोललंही नव्हतं. मग हा असा एकाएकी घर सोडून का गेला हेच समजत नव्हतं. चुकल्यासारखं वाटू लागलं. सारं घरच बेचैन होऊन गेलं. कुणाचंच आपल्या कामात लक्ष लागेनासं झालं. घरचा कारभारच

खुंटल्यासारखा झाला. घरात वडीलधारी माणसं असूनही मला पोरकं वाटू लागलं. दोन दिवस झाले तरी धुळा परत आला नाही, तसा रावसाहेबांनाही हबका बसला. पदरी असलेले सगळे नोकरचाकर त्याच्या शोधास पाठवून दिले आणि चिंतातुर मनानं रावसाहेब त्याची वाट पाहू लागले.

रावसाहेब तसे करारी होते. धुळाच्या या वियोगाने तेही विव्हळ होऊन गेले. दोन दिवस झाले तरी धुळाचा पत्ता लागेना, तसं सारं घर बसल्यासारखं झालं. आता धुळा परत येत नाही असं ठाम झालं, त्यानं कायमचंच घर सोडलं या भावनेनं सगळ्यांनाच वाईट वाटू लागलं. धुळा गेला आणि त्याच्या आठवणी निघू लागल्या. रावसाहेबांचं अंतःकरण तर विदीर्ण होऊन गेलं आणि अगदी अनपेक्षितपणे तिसऱ्या दिवशी संध्याकाळी धुळा डोक्यावर एक पोतं घेऊन दारात आला. त्याला बघून सगळ्यांनाच आनंद झाला. सारं घर आनंदानं भरून गेलं.

डोक्यावरचं पोतं उतरून त्यानं खाली ठेवायच्या आधीच मी त्याच्या पायाला जाऊन मिठी मारली. बाकीचे लोकही गोळा होऊन विचारू लागले,

"धुळा, कुठं बेपत्ता झाला होतास?"

त्यांच्या प्रश्नांची उत्तरं देण्याआधी त्यानंच विचारलं,

"आईसाब कशा हैत?"

त्याचा चेहरा उतरून गेला होता. ऊन खाऊन काळा ठिक्कर पडला होता. जीव सोकल्यागत दिसत होता. त्यानं पोतं उतरून खाली ठेवलं आणि मला खांद्यावर घेऊन तो आईकडे आला. आपण तीन दिवस बेपत्ता झाल्याचं काहीच न दाखवून तो म्हणाला,

"काय आईसाब, कशी हाय तब्येत?"

आईनं रागानं विचारलं,

"कुठं गेला होतास रे, धुळा?"

"गेलतो लांब सह्याद्रीच्या डोंगरात!"

"कशाला रे?"

तो कसनुसा हसून म्हणाला,

"कशाला म्हणजे, ह्या संधिवातावर एक गुणकारी पाला मिळतोय म्हणून समजलं. परस्परच एक घेतलं पोतं आणि गेलो झालं! पोतंभर पाला वरबडून आणलाय बघा. साऱ्या घरादाराला पुरंल, इतका!"

"आणि मग सांगून जायचं न्हाई?"

"त्यात काय सांगायचं. तीन दिवस मोडणार म्हटल्यावर रावसाब नको म्हणायचे म्हणून गेलो तसाच."

"आणि जेवणाखाण्याचं काय केलंस?"

"काय करायचं त्यात! जंगलात कसलं जेवण आणि पाणी!"

"अरे, मग भाकरी तरी बांधून न्यायच्या होत्यास!"

"हं! भाकरी बांधून नेताय! जेवाखावायची शुद्ध असल्यावर भाकरी न्हेईन."

असं म्हणून त्यानंच आईला विचारलं,

"तुम्ही इतकिंदी तळमळत पडलाय हंतरुणावर आणि आम्हाला का तीन दिवस उपास निभवंना व्हय?"

ह्या त्याच्या बोलण्यानेच आईचे पाय बरे झाले. तीन दिवसांचा उपवास काढणाऱ्या आपल्या नोकराला जेवू घालण्यासाठी ती उठून उभी राहिली आणि करारी स्वरात म्हणाली,

"चल, ऊठ. आता बसू नको. आधी जेव, चल."

■

टोळभैरव

बोंगाळ्याचा मनुहार हा जेठा पुत्र होता. त्याला भीती दाखवायला थोरला भाऊ नव्हता. आणि बाप होता, तोही त्याच्या लहानपणीच मेला होता. घरचं बरं होतं त्यामुळं आईनं त्याला लाडात वाढवलं होतं. अशा या मनुहाराला मिसरूड फुटली आणि तो भलभलतेच थेर करू लागला. डोक्यावरची शेंडी जाऊन आलपीन आली. कटिंग करून घ्यायला दर महिन्याला तो कोल्हापूरला येऊ लागला. तसेच धुतलेले कपडे वापरायचे सोडून, भट्टीचे कपडे वापरू लागला. त्याच्यात एकदमच बदल झाला. मिसरूड फुटली आणि सगळा घोटाळा होऊन बसला!

गप आपलं रानात जावं, अंग मोडून काम करावं, हे त्या वयात आलेल्या पोराला काही समजेनाच झालं. आपला कामधंदा सोडून ते उगंच गावातनंच हिंडू लागलं. पायांत एक भट्टीची इजार घालायचा, अंगात इस्त्रीचा शर्ट अडकवायचा आणि आरशापुढं उभं राहून तासतासभर भांग पाडत राहायचा. भांग पाडून झाला, की, बोडक्यानंच गावात सुटायचा. मग दोन तास अन् चार तास काय, एक रेडा तळ्यात बसल्यागत तिकडंच बोलत बसायचा. चार चांगल्या ठिकाणी जायचा, असंही नव्हतं. त्याला नको त्यांची संगत जडली होती. चार उडाणटप्पू पोरांत त्याचा जीव रमत होता. गावात अशा पोरांची एक कंपनीच तयार झाली होती.

ही कंपनी अशी-तशी नव्हती! मनुहारासारखी चांगली दहा-बारा पोरं त्यात सामील झाली होती. त्यात मनुहार सगळ्यांत धाकटा. म्हणजे बाकीची सगळी त्याला शिकवणारी होती. एकेक मोठा अनुभवी नग होता. ह्यांच्या नादाला मनुहार लागला आणि त्याचं सगळं चित्त आपल्या कामधंद्यावरून उडालं. नुसतं उंडगं फिरण्याची त्याला चटक लागली. अंगावर पांढरीफेक कापडं घालावीत, पचपचीत तेल लावून भांग पाडावा आणि बिड्या फुंकत गावातनं हिंडावं, असा त्याचा कार्यक्रम सुरू झाला.

त्याच्या टोळक्यातल्या सगळ्या पोरांचं असंच वागणं होतं, पण ते सगळे

वयानं मोठे होते आणि अनुभवानं 'वडील' झाले होते. प्रत्येकाची काही ना काही भानगड गावात सुरू होती. एक रामू भालबर म्हणून होता. तो तर आपल्या गावातल्या एका मास्तरणीला सायकलीवर पुढं घेऊन दर आठवड्याला सिनेमा बघायला जात होता. सिनेमाचे पैसे ती देत होती. त्याला काही तसदी नव्हती. तो नुसतं सायकल मारायचं तेवढं काम करीत होता. दुसरा एक जांभळ्याचा गणा म्हणून होता. तो दूध प्यायला एका जैनिणीच्या घराकडं जायचा. ती रोज कासेतलं फेसासकट आकडी दूध त्याला प्यायला देत होती, पण त्याचे पैसे घेत नव्हती. दूध प्यायला देऊन ती त्याला बोलायला बसवून घेत होती, अशी प्रत्येकाची काही ना काही भानगड चालू होती. हे सगळं ऐकून आणि बघून मनुहाराचं डोकं काही ठिकाणावर नव्हतं! दिवस अन् रात्र तो बेचैन होता. झोप उडाल्यागत झाली होती. खायला, प्यायला काही तोटा नव्हता, पण त्याच्या जिवाला शांती नव्हती.

होता होता मनुहार फार बिघडला. आलपीन राखून हिंडत होता, तो आता रोज मिशी बोडून हिंडू लागला. खाल्लेलं त्याच्या अंगी लागेना झालं. बोकडासारखं खाल्लं तरी तो लाकडासारखा वाळत चालला. पोरगं अंग धरेना झालं, तशी त्याच्या आईलाही काळजी लागली. ती रोज एक नवा पदार्थ करून त्याला घालू लागली आणि सोन्याचा घास खाऊनही त्याचं अंग झडतच चाललं. काही तरी करावं हे एकच त्याच्या मनानं घेतलं! बेचैन मनुहार त्या तपासावर राहिला. लाईन मारत गावातनं हिंडू लागला आणि एक दिवस त्यानं धाडस करायचं ठरवलं.

रामू भालबर रानात गेला असं बघून, मनुहार खोताच्या घराकडं गेला. खोताच्या घराकडं जायचं कारण म्हणजे, त्या दुमजली घरातच माडीवर दोन खोल्या घेऊन ती मास्तरीण राहत होती.

शाळेलाही सुटी होती. रामू भालबरही रानात गेला होता. खोताच्या घरात दुसरं कुणी माणूस नव्हतं. तीही सगळी रानातच गेली होती. एकटी मास्तरीण तेवढी त्या घरात होती. ही सगळी पाळत ठेवून त्यानं मोका साधला होता!

भर दुपारची एक चक्कर टाकून मनुहार घरात आला. एकटी मास्तरीण तेवढी घरात आहे ही टेहळणी करूनच तो आला होता. त्यानं गडबडीनं साबण लावून तोंड धुतलं. भट्टीची नवी कापडं अंगावर घातली, आरशापुढं उभं राहून भांग पाडला. तो गडबडीनं घराबाहेर पडला. तो बाहेर पडला खरं, पण पाय भरून आल्यागत पावलंच उचलेना झाली आणि दम लागल्यागत छाती सगळी भरून आली. खोताचं घर जवळ आलं आणि त्याला श्वास आत घेता येईना झाला. बाहेर सोडता येईना झाला. श्वास कोंडून धरला तरी काळीज धाड्धाड् करू लागलं. तोंडावर घाम आल्यागत झाला. मग पाऊल पुढे न टाकता तो वाटेतच उभा राहिला. तोंडावरचा घाम पुसला आणि काय करावं ह्याचा विचार

करू लागला. असं का होतंय हेही कळेना झालं आणि अंगात जीव नसल्यागत त्याचे हात-पाय लटपटू लागले. स्वतःलाच एक शिवी देऊन तो मनात म्हणाला, आयला एवढं घाबरायला काय झालं! आणि त्याच्या मनातच संवाद सुरू झाले–

"कोण नाही हे बघून तू निघालास हे खरं, पण 'का आलाय' म्हणून बाईंनी विचारलं तर काय सांगणार?"

"सहज आलोय म्हणायचं!"

"आणि सहज का म्हटल्यावर?"

"तशी काय म्हणती?"

"आणि जाऊन काय करणार?"

"बगायचं. जरा बोलत बसायचं."

"मग झालं?"

"झालं! का?"

"तर काय करणार?"

"बघणार रागरंग. हालचाल कळत नाही?"

"आयला आणि रामू भालबर आला तर रे?"

"कशाला येतोय त्यो? त्यानं आज रानात कुळव धरलाय."

"दुसऱ्या कुणी बघून सांगितलं तर?"

"आणि ती सांगणार नाही हे कशावरनं?"

"ती सांगती! ती कशाला सांगती?"

आणि 'ती' येऊन डोळ्यांसमोर उभी राहिली! जशीच्या तशी डोळ्याला दिसू लागली. निव्वळ गुलछडी! पिकल्या केळीगत पिवळी धमक. जशी रानातली एक धामीण! चार गावचं पाणी पिऊन आलेली बाई. दाल्ला सोडून मास्तरकी करत हिंडत होती. जाईल तिथं नवा संबंध जमवत होती. सगळा इतिहास समोर उलगडल्यागत झाला आणि मनुहारच्या अंगात नवा हुरूप आल्यागत झाला. तो आपल्या मनातच म्हणाला, 'आयला, का भ्याचं? किती केलं तरी चटावलेली बाई. तिला कशाची भीती नाही आणि आपल्याला का एवढी कदर?'

असं मनात आलं आणि भेंडाळलेल्या हाता-पायांत जीव आला. काळीज घट्ट झालं आणि उडायचं थांबलं. काय होईल ते होईल म्हणून त्यानं मनाचा निर्धार पक्का केला आणि पाऊल उचललं. मनुहारनं थेट खोताचं घर गाठलं. एक चोर घरात घुसावा तसा तो दारातनं आत शिरला आणि डाव्या हाताच्या जिन्याकडं वळला. जिन्याजवळ जाऊन उभा राहिला आणि पाऊल उचलायची भीती वाटू लागली. पुन्हा अंगाला घाम सुटू लागला. तसा त्याचा जीवच कावला. म्हणाला,

'एवढा भागुबाई हैस का लेका? आता इथनं माघारी जातोस? मुकाट्यानं वर जायचं आणि काय काय होतं ते बगायचं. हून हून काय हुईल? कोन फाशी तर देनार न्हाई तुला?'

त्यानं पाय उचलला आणि आवाज न करता जिना चढून तो वर आला. समोरचीच खोली! दार पुढं केलेलं होतं. उगच उभा राहून तो दाराकडं बघत राहिला. दार ढकलून आत जावं का बाहेरनं हाक मारावी?

येवढ्यात दार उघडलं आणि खुद्द बाईच समोर येऊन उभी राहिली! पडदा वर जाऊन खेळ सुरू व्हावा तसं घडलं. एक सिनेमाच सुरू झाला– गोरीपान बाई. बोट लावलं तर पिवळा रंग लागावा अशी! ती अशी दार उघडून बघत राहिली. दचकल्यागत जरा मागं जाऊन आडाला झाली आणि हसऱ्या चेहऱ्यानं बोलली,

"या की, असं उभं का?"

तळ्यात खडा पडून तरंग उठावेत तसं झालं. ती हसली, तसा तोही हसला. जिवाला आधार वाटला आणि न कचरता तो आत गेला. ती बसा म्हणाली, तो बसला. ती हसली, तो हसला. आता पुढं काय? पेच पडला. काय बोलावं हेच कळेना झालं. कोडं पडलं. दोघांनाही ते सुटत नव्हतं. मनुहार खुळाच होता. धरून आणल्यागत तो नुसता बसून राहिला होता. तशी ती नव्हती. पडलेलं कोडं तिनं पुढं होऊन सोडवलं. सोडवलं म्हणजे बोलणं सुरू केलं. लाजत लाजत तिनं विचारलं,

"चहा घेता ना?"

का आला म्हणून विचारलं नाही. दारात बघितल्याबरोबर या म्हणाली. मुखडा सारखा हसरा ठेवला! काय बोलावं असा पेच पडला आणि आता तीच विचारती–

"चहा घेता ना?"

"घेतो की."

मग ती एका कोपऱ्यात गेली. काकडा पेटवून तिनं स्टोव्ह पेटवला. पाण्याला उकळी येत होती. जवळच एक पाट मांडून ती म्हणाली,

"लांब का? जवळ या की."

जवळ जाऊन मनुहार पाटावर बसला. तिनं विचारलं,

"तुमच्या मळ्यात ऊस असंल?"

"ऊस हाय, हळद हाय."

"हळद काय करायची?"

"ऊस आलाय का खायला?"

"किती पाहिजे?"

धावतं पाणी खळाखळावं तशी ती गोड हसली, अन् मुरकल्यागत करून म्हणाली–

"किती काय करायचा? मला काय ढीग घालून ठेवायचाय? खायला आणून द्या."

मनुहारने विचारलं,

"मग रानात का येत न्हाई? फडातला ताजा काढून देतो की. येता रानात?"

"बोलावल्याशिवायच यायचं?"

"हे काय बोलवायला आलोय. का मुरळी लावून द्यायला पायजे बोलवायला?"

ती हसली आणि चहा गाळत विचारू लागली,

"तुमची जनावरं असतील?"

"हैत की– एक सोडून दोन म्हशी हैत. वरच्या कामाला दोन बैल हैत आणि हिरीवर एक इंजान बशिवलंय!"

"हो का!"

आणि तो म्हणाला,

"मग आता एकदा बघायला या की!"

"येऊ की!"

चार-आठ दिवस गेले आणि गावात एक निराळी बातमी फुटली. गवगवा सुरू झाला. मनुहार बोंगाळे आणि मास्तरीणबाई ह्यांचं काहीतरी शिजायला लागलं अशी बोलवा उठली. तसं बघितलं तर ही गोष्ट कुणाच्या डोळ्यावर आली नव्हती. चोरून तो तिच्याकडं जात-येत होता हे खरं; पण मनुहार बोंगाळेला न राहवून तोच चार ठिकाणी सांगत सुटला, कुठं सांगू नका, आमचं जमत चाललंय.

सांगू नका असं म्हटल्यावर कोण सांगितल्याशिवाय राहतंय? 'कुणाला सांगू नका' असं म्हणून जो तो एकमेकाला सांगू लागला. आणि गोष्ट ह्या कानाची त्या कानाला होऊन ती थेट रामू भालबरपर्यंत जाऊन पोहचली.

रामू भालबर म्हणजे अख्ख्या गावावरून ओवाळून टाकलेलं एक पोरगं होतं! मनुहार आपल्याशी बेइमानी करायला निघाला हे बघून त्याचं टाळकं फिरलं. रामू भडकला आणि आधी त्या मास्तरणीला दम दिला. जर असं काही झालं, तर जिवंत ठेवणार नाही, ठार करीन अशी धमकी दिली. झालं, जे जाणं-येणं होतं तेही बंद झालं. बाईचं दार बंद झालं आणि मनुहाराचा जीव तडफडू लागला. डोळा चुकवून केव्हातरी जाता येत होतं, एक कपभर चहा मिळत होता, एक घटकाभर बोलत बसायला जागा झाली होती, तिच्यावरही बंदी

आली. एक दिवस वाईट तोंड करून ती म्हणाली,

"तुम्हाला कसं सागू?"

"काय झालं?"

"तुम्ही इथं आलेलं काही लोकांना खपत नाही."

"मग मी येऊ नको काय?"

"तेच सांगायची पाळी आली!"

"असं असेल तर मी उद्यापास्नं येत न्हाई."

ती मान हलवून म्हणाली,

"हो. म्हणजे कोणाचा बोल नको."

पुन्हा तिथं जायचं नाही असं ठरवून तो उठला आणि तिचा निरोप घेऊन घरला आला. त्यावर तो तिकडं गेला नाही हे खरं, पण त्याचा जीव कुठं थांबतो? जुळत आलेला संबंध तुटल्यागत झाला आणि एक मासा तडफडावा तशी त्याच्या मनाची तडफड सुरू झाली.

एक दिवस आपल्या माडीतल्या खिडकीत तो सहज उभा राहिला असता त्याला खोताचं घर दिसलं. घर दिसलं म्हणजे माडी दिसली. आणि माडीतल्या गॅलरीत बाई उभी राहिलेली दिसली. एक नवा शोध लागल्यागत झाला. आपल्या घरच्या माडीवरनं बाईची भेट घेता येत होती. निदान डोळ्यानं बघता तरी येत होतं. ती त्याला दिसत होती, पण तिची नजर ह्याच्याकडे नव्हती. आपण इथं खिडकीत आहोत हे तिला कसं कळणार? आणि हे तिला कळल्याशिवाय ती आपल्याकडे कशी बघणार? आपण इथं खिडकीत आहोत हे एकदा तिला कळलं म्हणजे सदोदित ती गॅलरीत येऊन उभी राहील आणि हे कसं कळवायचं हा त्याला प्रश्न पडला.

दोन दिवस त्याला झोप आली नाही. डोकं सतावल्यागत झालं. कसा टेलिफोन करावा हेच कळत नव्हतं आणि एक दिवस कनेक्शन जुळलं. त्याला युक्ती सुचली. एक पावा तोंडाला लावून तो खिडकीत उभा राहिला आणि खच्चून पावा वाजवत तो तिकडं बघू लागला. या पाव्यानं काम केलं.

पावा वाजवायला सुरुवात केली की बाई गॅलरीत येऊन उभी राहू लागली. भर दुपारचं, तर दुपारचं, तिन्हीसांजचं तर तिन्हीसांजचं! अशा एकमेकांच्या खुणा पटल्या. पण त्या गावाला साधवून सांगितल्यागत झालं. त्यांच्या खुणा गावाला कळायला उशीर लागला नाही. पावा कानावर आला, की लोक रस्त्यावर जाऊन दोन्ही माडींकडं बघत राहायचे– मनुहार खिडकीत असायचा, ती गॅलरीत असायची. ते दोघं एकमेकांकडं बघत राहायचे आणि गाव सारं त्यांच्याकडं बघायचं. अशी तऱ्हा सुरू झाली आणि गावच्या टोळभैरवांना चघळायला एक विषय मिळाला.

रामू भालबर पुन्हा पेटला. मिशीवर ताव देऊन तो सांगू लागला, आता ह्याची गंमत करतो.

आणि एक दिवस शाळेतल्या एका पोरानं मनुहारला एक चिठ्ठी आणून दिली.

"प्राणसख्या–

पत्रास कारण की, आपणास भेटता येत नाही, बोलता येत नाही म्हणून चिठ्ठी लिहिली. रामू भालबर पाळत ठेवून आहे. डोळ्यांत तेल घालून त्यानं पहारा ठेवलाय. म्हणून कुणाच्या डोळ्यांवर येऊ नये यासाठी पावा वाजवत खिडकीत उभा राहू नका. अधनं-मधनं मी गॅलरीत येत जाईन. तूर्त एवढंच पुरे. योग्य वेळी भेटीनच.

जिवाच्या जिवलगा

तुमचीच"

वर तारीख नव्हती. खाली सही नव्हती असं हे पत्र आलं आणि मनुहाराला चुटपुट लागून राहिली. कुणाला तरी जाऊन सांगितल्याशिवाय चैन पडेना झालं. जवळच्या एका-दोघांना त्यानं हे सांगितलं आणि चोरून पत्रही दाखवलं. ही गोष्ट कंपनीत फुटली आणि गाजत राहिली. तवर एक दुसरा कागद आला. तेच पोरगं. पुन्हा पत्र दिलं त्यानं.

"प्राणसख्या,

पत्रास कारण की, आज रात्री नऊच्या सुमारास बिरोबाच्या माळावर देवळापाठीमागे येऊन बसा. कुणी बघणार नाही, याची सावधगिरी घ्या. मी देवाला आल्यागत येऊन तशीच माळानं पुढं जाईन. मी ओढ्यावर दिसल्यावर तुम्ही तिकडं या. या वेळी तिकडं कुणी नसतं. भिण्याचं कारण नाही. भेटीअंती सर्व खुलासा होईल.

राया

तुमचीच"

दिवस मावळला. एक नवरा सजावा तसा मनुहार नटून तयार झाला. रेशमी कोट अंगात घातला. हूं म्हणून मनगटाला अत्तर लावलं. दोन्ही कानांत दोन फाये ठेवले– एक आपल्याला आणि एक तिला द्यायला. गडी असा नटून-थटून बिरोबाच्या माळाला गेला. देवळामागं जाऊन अंधारात एकटाच बसून

राहिला. आता येईल, मग येईल म्हणून वाट बघत राहिला. भेटीसाठी जीव आतुर झाला होता. नजर ओढ्याकडंच लागून राहिली होती.

सगळी वर्दळ थांबली. कुणी जाताना-येताना दिसेना झालं. माळ सगळा उजाड दिसू लागला. बसून-बसून पायाला मुंग्या येऊ लागल्या. नजर एके ठिकाणी लावून डोळे शिणल्यागत झाले. देवळाला वळसा घालून एक बाई ओढ्याच्या अंगाला जाताना दिसली. छातीत धडधडलं. मनुहार जागचा चटकन उठला आणि बघत राहिला. त्यानं मनाची खात्री करून घेतली. बेळंकीगत पांढरंफेक पातळ अंगावर होतं. मग तिच्याशिवाय दुसरं कोण असणार? ती नीट ओढ्याच्या दिशेनं निघालेली बघून मनुहारानंही पाय उचलला, सपाट्यानं तो पुढं जाऊ लागला. मधलं अंतर कमी होऊ लागलं.

बाई थेट ओढ्यात गेली आणि उभी राहिली. मनुहार पाठीमागून येतोय असं बघून ती ओढ्यानंच पुढं जाऊ लागली आणि हात करून मनुहारनं म्हटलं–

"थांबा की!"

न थांबता तिनं हातानंच खुणावलं, या इकडं.

आसपास कुणी बघणारं नव्हतं. आणि मनुहार पळतच सुटला. जवळ जाऊन अंगाला भिडला. बाई डोळ्याला डोळा न लावता तोंड झाकून हसू लागली, तरी त्याला काही कळलं नाही. तो कमरेभोवती हात घालू लागला आणि मुका घ्यायला म्हणून त्यानं तोंडावरचा पदर बाजूला केला, बघतोय तर त्याच्या कंपनीतल्या एका पोरानं रूप घेतलंय! तिकिटीवर गाठून कुणी तरी पायताण हाणावं तसा त्याचा चेहरा काळाठिक्कर पडला. हेटावल्यागतच झालं. काही न बोलता तिथनं निघून जावं म्हणून तो मागं फिरला आणि ओढ्यात दडून बसलेले काळभैरव खदखदा हसत त्याची वाट अडवून उभे राहिले. मेल्याहून मेल्यागत झालेला मनुहार त्यांच्या तोंडाकडं न बघता खाली बघून म्हणाला–

"तुमच्यायला तुमच्या! असं करायचं असतं व्हय? सोडा मला! काय थट्टा ही!"

"अजून कुटं केलंय, आता करायचंय– " असं म्हणून रामू भालबर पुढं आला आणि त्याच्या रेशमी कोटाला धरून म्हणाला–

"आमची ही थट्टा वाटली व्हय! आणि तू चेष्टा लावलीयास ती रं? कोट-बिट घालून नटून आलायस की!"

जांभळ्याचं पोरगं पुढं झालं आणि रामूला म्हणालं–

"चांगला रेशमी कोट घालून आलाय. घ्या की रं काढून."

दोघांनी मिळून कोट काढायला सुरुवात केली आणि मनुहार चिडून म्हणाला–

"लेकानु, कापडाबरोबर काय चेष्टा करताय? काय चालवलंय?"

रामू म्हणाला–

"काय चालीवलंय हे तू नुस्तं बगत ऱ्हा. आता दोन मिनिटांत तुला कळतंय बग."

"काय कळतंय?"

उत्तर न देता त्यानं आधी त्याच्या अंगातला कोट काढून घेतला आणि नंतर एकानं खाली विजारीला हात घातला. लाटलाट कापत मनुहारानं विचारलं–

"अरं काय करताय रं?"

तो असा विचारत राहिला आणि त्याची विजार फेडली. अंगातला शर्टही काढून घेतला. त्याच्या अंगावर बोटभरही चिंधी ठेवली नाही. सगळे कपडे काढून घेतले आणि त्याला नागवं करून चांडाळचौकडी गावाकडं निघाली. भ्यालेला मनुहार मागे लागल्यागत करून म्हणाला–

"तुमच्या पाया पडतो. असं करू नका." भालबर पुढं झाला आणि रागानं म्हणाला–

"लई बोलशील तर वादाडांत देईन. तुला सांगतापैकी तू माझं ऐकलं न्हाईस. आब्रू सोडल्यागत कराय लागलास. मग तुझं आमी काय करावं?"

"आता माफी करा. नागव्यानं तरी कसा गावात येऊ?"

"तसाच ये. बाकीची लोक येशीत तुझी वाट बघत बसल्यात. जैनांचा स्वामी आलाय म्हणून आणि गावात दवंडी देतो. बायका दुतर्फा उभ्या करतो. ये तू भाद्दरा!" असं म्हणून तिथं न थांबता सगळेच गावाकडं सुटले.

■

कोंबडी

गावोगावचं टपाल लुटलं जात होतं. शाळा, चावड्या जळून जात खाक होत होत्या. रेल्वेचे रूळ उखडले जात होते. मोडतोडीला आणि जाळपोळीला ऊत आला होता. बेचाळीसची चळवळ जोरात सुरू होती आणि कुरडी गावच्या रेल्वे-स्टेशनवर एक पोलीस तुकडी बंदोबस्ताला आली होती. एकूण चार पोलिसांचा जथा स्टेशनच्या रक्षणासाठी सरकारनं पाठवला होता. दोन वेळा आपल्या हातानं झुणकाभात करून खायाचा. दिवसा डाराडूर झोपायचं आणि रात्री आळीपाळीनं पेंगत डुलका घ्यायचा असं काम चालू होतं. स्टेशन आडवळणी होतं. गावही चार फर्लांगावर होतं. त्यामुळं कुठं जाणं नाही, येणं नाही, चहा नाही, पाणी नाही. त्या चौघांचा बारा दोनी चोवीस तास अखंड पहारा चालू होता. चारी पोलीस सतत स्टेशनवर पडून होते. आसपास भानगडी होत होत्या; पण कुरडी गावाला काही धोका होईल असा संभवही नव्हता.

असेच चार तिथं आठ दिवस गेले. पंधरा तीनवार झाले. झुणकाभात खाऊन तोंडाला बाबळी आली होती. काहीतरी चांगलंचुंगलं खावं असा जीव म्हणत होता आणि झुणकाभातावाचून सुटका नव्हती. एकदोन दिवस गावाला जाऊन यावं तर रजा मिळत नव्हती. जीव सारखा चुटपुटत होता. काय करावं कळत नव्हतं. तुरुंगात डांबावं तशी पोलिसांची परिस्थिती झाली होती. सगळ्यांनाच किक् आली होती.

. . . दुपारची झोप झाली होती. दिवस कलला होता आणि ते चौघंही पोलीस उगच एकमेकांच्या तोंडाकडं बघत बसले होते. प्रत्येकाचा जीव काहीतरी खायाला मागत होता आणि नाईक म्हणाला, ''अरं, गावात एकांदी कोंबडी तर मिळती का बघा की रं.''

''कोंबडी'' असं म्हणून संभा म्हणाला, ''नाईक, कोंबडी मिळंल हो, पर ती शिजवायची कशात आणि त्यो मसाला वाटायला पाटा कुटणं आणायचा?''

''आयला!'' असं म्हणून नाईक इवळला—

“तेबी खरंच खरं. तिला बारदाना काय थोडा लागतो?”

“तर! चार आण्याची कोंबडी आणि बारा आण्याचा मसाला म्हटलंय कशाला मग?” सगळेच तोंडाकडं बघत बसले आणि मान हलवून नाईकानं विचारलं,

“मग काय कोंबडीचं जमत नाही म्हंता तर?”

“आज लई मनात आलंय बरं का नायकांच्या–” असं म्हणून शिवाजी बोलला,

“नाईक, आज तोंड खवळल्यालं दिसतंय! ह्या संभाला सांगा, काय तरी करील एवस्था.”

“मी आचारी हाय व्हय रं तुमचा?” असं विचारून संभा बोलला, “ह्या धोंडूमामालाच सांगा, त्योच काय तरी करंल बघा.”

धोंडूमामा तावानं बोलला, “म्हंजे मी आचारी हाय व्हय रं?”

“तसं न्हवं गा, तू कुठं तरी भोक पाडशील. काय तरी करशील गा! अंगात कला हाय तुझ्या!”

सगळेच खो खो हसले आणि धोंडूमामाही हसून म्हणाला,

“व्हय रे संब्याऽऽ, मी कुठंतरी भोक पाडीन व्हय? भोक पाडून कोंबडी गावती का रं?”

“तुम्हांला गावती!” असं संभा म्हणाला आणि शहाणपण शिकवल्यागत शिवाजी बोलला,

“धोंडूमामा, बोलण्याचा भावार्त घ्याचा असतो. शब्दार्थ न्हवं!”

“बरं बाबांनो, करा थट्टा!” असं म्हणून तो डोळे झाकून बसला आणि नाईक म्हणाला,

“विषय थट्टेवर न्हेऊ नका. खरंच काय तरी कोंबडीचं बघा. कुठंतरी जुळवा.”

“मग जुळवायचं काम धोंडूमामाकडं.” असं म्हणून एकानं धोंडूमामाच्या अंगावर ढकललं आणि डोळे उघडून धोंडूमामा बोलला,

“मी सांगू का?”

“त्यात परमानकी आणि काय घ्याची? बोला, बोला.”

“हे बघाऽऽ ती कोंबडी बिंबडी काय काढू नका.”

“हे बोल्ला व्हय!”

“अगा ऐकून तर घ्या माझं. हे बघाऽऽ ज्या गावाला जायाचं न्हाई त्याची चर्चा का करत बसायची?”

“भलेऽऽ” असं म्हणून नाईक म्हणाला,

"कोंबडी कॅनसल करता व्हय? शाबास! अहो त्याच तर गावाला जायाचं! झुणकाभात गिळंना आता."

"माझ्याबी तोंडाला बाबळी आलीयाच की!"

"मग?"

"असं करू."

"कसं?"

"उगंच एरंडाचं गुराळ नको. गप अडीशिरी चिरमुरं आणून झंझंणीत भडंग करून खाऊ! कसं?"

मान डोलवून नाईक बोलला,

"काय वासना! दुधाची तान ताकावर भागती?"

"काय न्हाई, कोंबडीच पायजे बघा." असा बाकीच्यांनीही सूर काढला आणि खो खो हसून धोंडूमामा म्हणाला,

"मग एक कणकीची कोंबडी करून लावू या तोंडाला!"

"अगा असं थट्टेवर न्हेऊ नगा," असं म्हणून नाईक गंभीर होऊन सांगू लागला,

"खरंच, काय तरी बघा. कसा झाला तरी पगार झालाय. एकेक रुपया पट्टी काढू. दोन रुपये कोंबडीला गेलं तर जाईनात. बाकीचा मसाला आणवा आणि करा बेत."

"करा कसं?"

"कसंबी करा बाबांनो! त्यो भात गिळंना."

"आम्हाला तरी कुठं गिळतोय?"

डोकं खाजवल्यागत करून शिवाजी पुन्हा धोंडूमामाकडं बघत राहिला आणि धोंडूमामा हसून म्हणाला, "काय गा, माझ्याकडं का बघतोस?"

"तर कुणाकडं बघावं?"

"लेकानू ती माझ्या मावळणीची चुलती हाय! ती बी सख्खी न्हवं ऽ ऽ चुलत चुलती हाय."

"सख्खी न्हाई न्हवं. नसंना!"

"नसंना काय, गळ्यात माळ हाय तिच्या!"

"असंना माळ!"

"आत्ता सांगा ह्याला!" असं म्हणून धोंडूमामा नाईकाच्या तोंडाकडं बघत राहिला आणि मग नाईकच म्हणाला, "त्याच्या का मागं लागताया? दुसरं काय तरी बघा की."

"आता दुसरं काय बघायचं?"

"व्हय शिवाजी?"

"काय?"

"तुझी एक वळख झालीया न्हवं कुणाची? कोण पटकंवाला येतोय की एक."

शिवाजी म्हणाला, "बिडी मागून घेण्यापुरती ती वळख झालीया! बिडी देतोय म्हणून काय कोंबडी मागायची!"

"मागायची न्हाई बाबा, पैसं देतो. करून घाल म्हणायचं."

"मग आत्ता ईल. मी एक बिडी मागून घेतो. तुम्ही कोंबडी मागावी."

"अरं मागायचं न्हाई रं. करून घाल बापड्या म्हणायचं."

"काय म्हणायचं ते म्हणा हो. तो आला की घुलवत हितं घेऊन येतो. तुम्ही काढा बोलणं म्हंजे झालं."

मग सगळेच तो येण्याची वाट बघत बसून राहिले. दिवस मावळायला आला आणि एकजण बोट करून म्हणाला, "शिव्या शिव्या, त्यो आला बघ, ऊठ."

कमरेचा पट्टा आवळून शिवाजी उठला. उगच फलाटावर फेऱ्या मारत राहिला. पाहुणा जवळ आला तसा रामराम करून म्हणाला,

"का, आज उशीर केला?"

"लौकर आणि उशीर, आम्हाला काय डुटीवर हजर व्हायचं असतं?"

"ते काय न्हाई खरं." असं म्हणून शिवाजीनंच आज बिडी काढली आणि हात पुढं करून तो म्हणाला, "पेटवा."

"पेटवा की, हाय माझ्याजवळ."

बोलत बोलत दोघंही जवळ येऊ लागले. सगळ्यांच्या तोंडाला पाणी सुटलं होतं, जिभेवर कोंबडी घोळत होती आणि बूड हलवून नाईक म्हणाला, "रामराम पाटील, या की."

पाटील जवळ आला. कांबळ्यावर बसत म्हणाला, "काय कसं काय?"

"बरंच हाय म्हणायचं."

"बिडी वडता?"

"बिडी काय नको."

"मग?"

कोंबडी अगदी तोंडातनं बाहेर पडायच्या बेताला आली होती; पण जीभच कचवचली आणि नुसता ओठच तेवढा ओला करून नाईक म्हणाला, "आता लई कट्टाळा आलाय बघा!"

"कट्टाळा याला काय झालं? ना काम ना धाम आणि कट्टाळा कसला?"

"बसून बसून दिवस तर काय जातोय?"

"मग आळीपाळीनं जरा गावातनं हिंडून यावं. चार वळखीबी होतील."

"आणि नोकऱ्याबी जातील!"

"नोकरी कशानं जाती?"

"तर गावात हिंडून कसं भागंल?"

प्रस्तावना वाढत चालली. बोलणं लांबतच चाललं आणि एक वळंबा घेऊन धोंडूमामा म्हणाला,

"काय राम न्हाई बघा पावणं ह्यात! ह्यो झुणका-भात खाऊन खाऊन तोंडाला बाबळी आलीया बघा!"

"हं ऽ ऽ"

"व्हंय हो. बरं, एक कोंबडी आणावी तर ती शिजवायचा घोर! त्याला भांडीकुंडी कुठली आणायची, मसाला कुठं वाटायचा."

"तर! त्यो घोळच की दांडगा!" एवढं बोलून तो गप्पच झाला आणि पुन्हा वळणावर येत धोंडूमामा म्हणाला,

"खिशात पैसा असून तोंडात धड आन्न पडत न्हाई बघा."

"बरं, एखाद्या दिवशी घराकडं जाऊन यावं तर ह्या दिवसांत रजा एक मिळत न्हाई की."

आणि नाईक आधाशागत तोंडाकडं बघत बोलला, "पट्टी काढून कोंबडी आणावी तर तीबी जमत न्हाई. बरं, कुणाला करून घाला म्हणावं तर परगाव पडलं. कुठल्या कुठं आडरानात येऊन पडल्यागत झालंय बघा."

पाहुणा हसून म्हणाला, "आडरान का म्हणता? एकेक रुपाया पट्टी काढा. आम्ही करून घालू की. काय एक दिवसानं हात दुकल्यात आमचं?"

सगळेच हरकले. तोंडं उजळल्यागत झाली. एक खाकरा काढून नाईक म्हणाला,

"काढा रं एकेक रुपाया."

पटापट एकेकानं रुपया काढून दिला. चार रुपये गोळा झाले. ते त्याच्या स्वाधीन करून नाईकानं विचारलं, "कवा, उद्या जमंल?"

"लगी उद्यांच म्हणता?"

"आत्ता, तर काम मग!"

"उद्या करू."

"कवा दुपारी?"

त्यानं पैसे कनवटीला लावले. एक डोळा झाकल्यागत केला आणि बाहेर बघत तो बोलला,

"असं करू."

"कसं?"

"बेत सांचं करू."

"आणि दुपारी काय हुतंय?"

उघडलेला डोळा पुन्हा झाकून तो म्हणाला,

"दुपारचं खरं न्हवं."

"का हो?"

मान हालवून तो बोलला,

"दुपारचं फिसकटंल. साराच बट्ट्याबोळ हून बसंल."

"का हो?"

बाहेरची नजर आत वळवून तो तोंडाकडं बघत म्हणाला,

"तुम्ही हाय पोलीस."

"मग?"

"मग काय? साऱ्या मुलखांत हवा बिघडलीया. कुणाला न कळता चोरून कराय पायजे. न्हाईतर आम्ही तुम्हाला कोंबडी खायला घातली असा डंका जर झाला तर तुम्ही कोंबडी खाशीला आणि माझी कोंबडी भाईर पडंल! समजलं?"

"असं व्हय?"

"तसं बघा! तुम्ही हाय पोलीस– कोण दुसरं हाय व्हय? मीबी हो म्हन्नार न्हाई पर माणुसकी आड येती. वळख झालीया ती इसरायची न्हाई म्हणून करायचं."

एक श्वास सोडून नाईकानं विचारलं,

"मग कवा उद्या सांचं म्हणता?"

"हां, सांचं करू."

"बरं सांचं तर सांचं! जरा लौकर करा म्हणजे झालं."

"आठ वाजूपतूर झालं म्हणजे झालं न्हवं?"

"आपलं जेवायच्या टायमाला हो."

. . . दुसऱ्या दिवसाची संध्याकाळ झाली. मावळतीला दिवस खाली गेला आणि जिवाला हुरहूर लागून राहिली. जीव अधीर अधीर होऊन गेला. कडुसं टळून अंधार पडला आणि काही सुचेनासं होऊन गेलं. सात वाजले. ध्यान सारं स्टेशनातल्या घड्याळाकडं लागून राहिलं. मिनिटकाटा सावकाश थांबत थांबत एक चक्कर काढून अखेर आठावर आला आणि टॉक् टॉक् करत सारखा एकेक घर गिळत पुढे चालला. पाच पाच मिनिटानं जग बुडत चाललं! तोंडावर काळोखी दिसू लागली; त्यात आणि अंधाराची भर पडली. फलाटावर फेऱ्या

घालून घालून पाय मोडून आले आणि नाईक म्हणाला,

"साडेआठ वाजून गेलं की गा ऽ!"

"मग आता काय, आणि एकेकदा मिश्रीनं दात घासावं?"

"व्हय शिवाजी, कुठं हायगा पावणा?"

"आता मी तरी काय करू बाबा? जाऊन बघून यावं तर त्याचं घरबी ठावं न्हाई."

"मग त्यो येतोय तर काय न्हाई रं?"

तोंड कसंनुसं करून शिवाजी बोलला,

"आता ते तर मी काय सांगू? पैसे दिल्यात येवढं खरं!"

घड्याळात बघून आलेला संभाजी म्हणाला, "पावणेनऊ झालं!"

"पावणा बरा भेटला बाबा ह्यो! तिकडंच पसारा झाला की रं."

घड्याळातला काटा तर सारखा पळत चालला आणि वेळ तर निघेना झाली! जिभेला लाळ तर सुटत चालली आणि नरडं कोरडं पडत चाललं! पोटात कावळे ओरडू लागले आणि ऑफिसाकडून आलेला धोंडूमामा म्हणाला,

"नाईक."

सगळेच बसलेले उठून उभे राहिले आणि तो म्हणाला, "आयला, नऊ वाजलं!"

"थोऽत्यच्या!" असं म्हणून नाईक खाली बसला. बाकीचेही सारे खाली बसले. काय करावं हे कळेना झालं. आरून फिरून अजून पाहुणा का येईना, हाच एक घोर लागून राहिला आणि नाईक म्हणाला,

"येतोय का न्हाई रं?"

"आता काय कळायचं?" असं शिवाजी बोलला आणि त्याच्या पाठीत एक बुक्की घालून नाईक म्हणाला, "त्यो न्हाई आला तर तुला फाडून खाईन लेका!"

"मला का?"

"तर तुझ्या वळकीनं पैसं दिलं."

"हे बरं हाय की!" असं म्हणून तो विचारू लागला, "मी काय तुम्हाला पैसे द्या, त्यो करून वाढंल म्हणून तुमच्या मागं लागलो हुतो?"

"तुझ्या वळकीनंच झालं रं!"

"चांगलं की!" असं म्हणून त्यानं डोळे झाकले आणि डोलल्यागत तो मान हलवत गप बसून राहिला. त्याला एक बोट लावून नाईक म्हणाला,

"पेंगू नको. लेका, किती वाजलं बघ."

संभा म्हणाला, "मस्त साडेनवाला गाठ आलीया!"

"न्हवं, अठापतूर होईल म्हणाला हुता. आता तास दीड तास उशीर लागलाय."

खॅस मारून नाईक म्हणाला,

"अरं पर उशीर लागंल असं काय त्यो सांगूनबी गेला न्हाई की! त्यो येतोय का न्हाई ह्येचाच घोर लागलाय!"

"ईल ईल. बघू या."

"न्हाई आल्यावर काय बगतोस?" असं विचारून नाईकानं शिवाजीच्या खांद्याला धरून म्हटलं,

"आता जीभ खवळलीया! त्याचं नाव न्हवतं तवर काय एवढी घालमेल न्हवती; पर आता दम निघायचा न्हाई हं. तुला कच्चा फाडून खाईन!"

"आणि त्यो आला न्हाई तर मी काय करू बाबांनो?" असं म्हणून शिवाजी तोंडाकडं बघत बसला आणि संभाजीही म्हणाला,

"आता ते काय चालायचं न्हाई! येळ जाईना झालाय."

तेव्हा धोंडूमामा म्हणाला,

"गावाला नदी हाय. ह्येला नदीला पिटाळू आणि खेकडं तर खाऊ. खेकडं तर धरून आणतोस?"

"व्हय, चार चार भाजून तर खाऊ?"

"मी खेकडं धरायला जाऊ व्हय?"

"अरं, तर काय मस उपकार करतोस काय?"

"चांगलं की?"

आणि समोरच्या अंधारात एक कंदील येताना दिसला. बसलेला शिवाजी उठून उभा राहिला आणि चाल ओळखून म्हणाला,

"आयला मगाधरनं मला पेचात धरला होतासा! ह्यो आला बघा पावणा!"

"आला म्हणून बरं, न्हाईतर तुझी धडगत न्हव्हती शिव्या!"

हसल्यागत करून शिवाजी म्हणाला,

"धा वाजलं की हो!"

नाईकानं विचारलं, "वेळ केला?"

उभा पाहुणा कंदील पुढ्यात घेऊन खाली बसला आणि उभे राहिलेले पोलीसही हळूहळू खाली बसले. भोवतीनं बसून ते त्याच्याकडं बघत राहिले आणि कसनुसा चेहरा करून तो म्हणाला,

"हे तुमचं चार रुपये."

खर्रकन सगळ्यांचा चेहरा उतरला आणि तो बोलला,

"हो तर एक जोडा मारा; पर अंगावर घेतल्यालं काम काय करता आलं

न्हाई.''

"का हो, काय झालं?''

"काय हुतंय? मनच कच खातंय!''

"मन कच खायला काय झालं?''

"काय हुतंय खरं; पर एक भ्या हाय न्हवं? न्हेल्यालं हे रुपयं मोजून घ्या.''

"काय मोजून घेता?''

असं म्हणून नाईकानं ते पैसे आपल्या हातात घेतले आणि त्या पैशाकडं बघत तो म्हणाला,

"काय पेटवायचं हाय ह्या पैशाला!''

आणि रागाच्या भरात सपाट्यात त्यानं चेंडू फेकल्यागत ते पैसे भिरकावून दिले. अंधारातल्या दगडाधोंड्यांवर एकदम आवाज घुमला आणि नाईक करड्या आवाजात म्हणाला,

"शिव्या, ऊठ आता; बसू नको. खेकडा आण. मासा आण. ससा आण. न्हाईतर आणि काय तर आण; पर आता ऊठ.'' आणि हडबडलेला शिवाजी उठून उभा राहिला. सगळ्यांची भूक खवळली होती आणि त्याला थुंकी गिळत नव्हती!

◼

पोटदुखी

दुपारच्या वेळी झाडावर कावळ्यांनी कावकाव केली, तर सबंध गावाची झोपमोड व्हावी असं एवढंसं हे गाव. जैन-लिंगाडी, साळी-कोष्टी, सगळे मिळून अवघा शंभरएक उंबरा असेल नसेल. अशा ह्या गावात रोज नवीन असं काय घडणार? काही घडत नव्हतं. सगळं कसं क्रमिक पुस्तकांतल्या धड्यांगत वर्षानुवर्ष तेच तेच चालू होतं. पहाटे कोंबड्यानं बांग दिल्यावर जागं व्हावं, गोठ्यातली शेणघाण करावी आणि कासराभर दिवस वर आला की आपलं रानात जावं. दिवसभर काम करावं आणि दिवस मावळायला घरी परतावं. मग एक तुकडा खाल्ल्यावर हवी तर जरा एक चक्कर मारावी. कुठंतरी बसून एक घटकाभर गोष्टी कराव्यात आणि घरात येऊन गप खाल-वर घालून पडावं. कोंबड्यानं बांग दिली, जाती फिरू लागली, झाडावरची किलबिल ऐकू येऊ लागली म्हणजे उठावं आणि आपल्या उद्योगाला लागावं. . .

यात खंड पडण्यासारखं कधी काही घडतच नव्हतं. घडणार काय? नदी आपलं पात्र सोडून काही उलटी फिरत नव्हती. भयंकर भयंकर पूर आला तरी ती आपल्या वळणावरच जात होती. तिचं वळण काही मोडत नव्हतं.

पण एक दिवस मात्र चमत्कार घडला! नरू खोताच्या म्हाद्याला कोड्याचं बक्षीस लागलं! एकदम बारा हजार रुपयांचं! एक नाही, दोन नाही, बारा हजार रुपये! काम करून, घाम ढाळून नव्हे. बसल्या जागी ऐते वट्यात आले. आ केल्यावर तोंडात पेढा पडावा तसे. गुळाचा, शेंगेचा पैसा नव्हे; तर कोड्याचा. गावालाच कोडं पडलं! गाढ झोपेत स्वप्न पडावं तसं झालं आणि काहीतरी इप्रित घडलं.

पेव फुटावं तसं झालं. हां हां म्हणता बातमी चहूकडे फुटली. हातांतली कामं टाकून लोक आधी पळत सुटले. पेटलेलं घर विझवायला जावं तसे लोक धावून येऊ लागले. गुरं घेऊन, डोक्यावर वैरणीचे भारे घेऊन, लोक खोताचं घर गाठू लागले. तिनीसांजेला खोताचं घर म्हणजे एक कुस्तीचं मैदान होऊन गेलं!

राकेलतेलाची जिथं एक चिमणी जळायची तिथं गॅसबत्ती लागली. खुद्द गावकामगार थोरले पाटील आपला वाडा सोडून खोताच्या घरात येऊन बसले. गावचे सारे वाणीउदमीही गोळा होऊन आले. घराचा सोपा माणसांनी भरून गेला आणि बिळात उंदीर शिरावा तशा बायका परड्याच्या अंगानं पटापट आत शिरू लागल्या. मागल्या अंगाला अशी बायकांची पळापळ सुरू झाली आणि पुढल्या दाराला म्हारंपोरं अंगणांत खोळंबून राहिली. म्हादा खोत दृष्टी पडेना झाला. नुसत्या दर्शनाला महाग होऊन बसला. तोवर मांगवाडा हलगी वाजवत दारात येऊन राहिला. गाव सारं दणाणून गेलं. हलगी वाजत राहिली तसा लेजिमीचा एक तांडा आला. कुणाचा पाय जमिनीवर ठरेना झाला आणि धनगरवाड्यातले ढोल वाजत जवळ येऊ लागले. . . डिपांग टिपांग डिग डिब डिबांग. . .

असा दंगा उसळला. नुसती धुमडी सुरू झाली. देवळातला हांडा गुरवानं एकट्यानं डोक्यावरनं आणला आणि अंगणातच खिरीच्या हांड्यात चहाचं आधण उसळू लागलं. रानातनं आल्यावर गप पोटाला भाकरतुकडा खायाचा सोडून लोक खोताच्या घराभोवती वेढा देऊन राहिले. कोण कपबशा गोळा करीत गावभर हिंडू लागले आणि कोण चहाच्या हांड्यात मन घालतच तिथंच बसून राहिले.

असं चहापाणी झालं. वाजाप झालं. लोकांची तोंडं गोड झाली. रात्र झाली तसे लोक घरोघर पांगले. पण बोलणं सुरूच राहिलं. झाडावर पक्षी कलकलावेत तशी गावाची तऱ्हा होऊन गेली. कुणाला धड अन्न सुचेना झालं का झोप येईना झाली. आरूनफिरून मनात एकच विषय घोळत राहिला. म्हादा खोताला कोडं लागलं आणि साऱ्या गावाला पछाडलं! बक्कळ रात्र झाली तरी कुणाला गप घरात जाऊन पडावं असं काही वाटेना झालं. घोळक्याघोळक्यांनी बसून लोकांनी हा विषय घोळसला घोळसला. भुलल्यागत अवस्था झाली आणि बसल्याजागी डोळे झाकू लागले तसा एकएक गडी घरला जाऊ लागला. पण घरी जाऊन पडलं तरी काय? धड झोप लागती? स्वप्नं पडू लागली. झोपेतसुद्धा लोकांना म्हादा खोत दिसू लागला! म्हादा, बक्षीस आणि बारा हजार, ह्याशिवाय दुसरं काही मनात येईना झालं! हे काय असं घडलं म्हणायचं? जिवाला एक चटका लागावा, कशाचा तरी घोर लागावा, काहीतरी गळ्यात कडासणं पडावं, तशी तऱ्हा झाली आणि सबंध गावाला ह्याच एका गोष्टीचं कोडं पडलं!

सबंध गाव असं भुलल्यागत झालं आणि नामदेव टेलर अकारण बिघडला. त्याला चैनच पडेना झाली. सकाळ उठून मशीनवर न बसता तो उगाच तुका जाधवाकडे गेला.

जाधवाचा तुका पायाच्या गुडघ्यांना हाताची मिठी घालून कुणाची तरी

वाटच बघत बसला होता. नामा आला तसा तो खवळल्यागत मोठ्यानं म्हणाला–

"या नामदेव टेलर."

एक उसासा टाकल्यागत करून नामदेव सोप्यावर टेकला आणि तुका बोलला–

"काय टेलर, आज दुकानाला टाळं का?"

"न्हाई, सज आपलं."

"सज गाव पालथं घालाय लागला व्हय?"

"न्हाई, आपलं तुम्हाकडंच आलोय हो."

तुका वाईट मनानं हसून म्हणाला,

"अगा मग म्हाद्या खोताकडं तरी जाऊन याचं होतास. एक कपभर च्याचं पाणी तरी तुला मिळालं असतं."

"त्यो हिंगलतोय व्हय आता आम्हाला! आता आमची पत्रास कशाला ठेवलं गा त्यो?"

आणि तुका विचारात गढून गेला. उगाच गुडघ्यावर हनुवटी टेकवून बघत राहिला. नामदेव टेलरही वर आढ्याकडे बघत बसला. खरं म्हणजे नामदेव-तुकाराम ह्या जोडीनंच हे कोडं सोडवायचं खूळ गावात आणलं होतं. नेमानं एकादस करावी तसं न चुकता नेमानं कोडं सोडविण्याचा त्यांचा कार्यक्रम गेले कित्येक दिवस चालू होता. नंबर लागत नव्हता, नाव छापून येत नव्हतं, तरी कोडी भरून पाठवण्याचा त्यांचा कार्यक्रम चालूच होता आणि इतक्या दिवसांची त्यांची तपश्चर्या फुकट जाऊन म्हादा खोताला बक्षीस लागलं होतं. नामदेव निराश झाला होता आणि तुकाचा जीव तळमळत होता. त्याचं डोकं चक्रावल्यागत झालं होतं. मन नुसतं भरकटत होतं. काय कुणासंगं बोलावंसंसुद्धा वाटत नव्हतं. जीभ कडूजार झाल्यागत तोंडाला मिठी मारून तो बसला होता आणि डोक्यात विचारांचं नुसतं पेव फुटलं होतं. . . अरे, म्हादा खोताचं नशीब उजाडलं! त्या खोताच्या म्हाद्याला बक्षीस मिळालं! काय खेळ हाय ह्यो! बक्षीस म्हणायचं का काय म्हणायचं हे? बक्षीस मिळावं, मिळण्याबद्दल काय नाही; पण ते जरा शाण्याला तरी मिळायचं! ह्यो म्हाद्याऽऽ, ती सातवी का मुलकी पास व्हायला त्याला चारदा परीक्षा द्यावी लागली. जोतीबाला नवस बोलला होता आणि डोंगराला अनवाणी खेटं घालत होता. थूत् त्याच्या! त्याचं तोंड काय, त्याचं नाक काय–आणि त्या माकडाला बारा हज्जार रुपये मिळालं! त्ये मिळण्याबद्दल काय न्हाई, पर हे येवढं पैसं सांभाळता तरी येतील का त्या गाडवाला? त्याला कोंचा बाप आपली पोरगी द्याला तयार नाही, असला ह्यो पोरगा! पोरगी बघायला गेलं म्हणजे ह्यो त्यांस्नी पास करतोय आणि त्या ह्याला नापास

करत्यात अशातली ह्याची तऱ्हा! निच्चळ खुळ्याचा अवतार! हाय आपला थोरला भाऊ, सांभाळतोय, म्हनून त्याच्या सावलीनं हे वाढतंय झुडूप. ह्याच्यात काय पाणी हाय नाय तर? भावानं अधांतरी सोडला असता म्हणजे तवाच गटांगळ्या खात गेला असता रसातळाला! त्याला बक्षीस फुटावं? खुळं म्हटलं तर ओ देनार ते! काय नशीब तरी च्याबायला! एक नायी, दोन नायी, बारा हजार रुपये! एक रकमेनं! काय नशीब म्हणायचं का काय! . . . ढगांनी सारं आभाळ भरून जावं, गदमदाय लागावं तशी तुकारामाची गत झाली होती आणि नामदेव टेलर समोर बसून राहिला होता. भरून आलेलं आभाळ एकदम कोसळू लागावं तसा तुका बोलू लागला,

"नामदेव टेलर, काय खेळ हाय बघा ह्याच्या आयला! त्या खुळ्याला बारा हज्जार रुपयं मिळालं!"

"खुळ्याला? अहो, यडप्याला म्हणा. वडिग्याचं यडपं तेऽऽ. त्याला इकायला बाजारात न्हेला तर फुकट कोण घेणार न्हाईत!"

आणि एक डोळा बारीक करून तुका बोलला–

"टेलर आणि कोडं काय आपल्या हिकमतीनं त्यानं सोडीवलंय म्हंतासा का?"

"तर मग?"

"आपल्या बापूमास्तरानं सोडवून दिलंय. खुद्द खोताच्या हातानं मास्तरानं भरून दिलंय म्हणं."

सबंध अंग सैल सोडून टेलर म्हणाला–

"बापूमास्तरानं भरून दिलतं व्हय्?"

"व्हय् आणि काय? सगळी ही बापूमास्तराची करामत."

"अहो मग तुकादा, करामत कसली, शानपना म्हणा, शानपना!"

पायाच्या नळीवर तळहात चोळत तुका पुटपुटला,

"कशाचा मर्दा शानपना, आन् काय. . ."

अंगात जोर आल्यागत टेलर दोन पायांवर बसून म्हणाला–

"अवो, शानपना न्हाई तर काय? मास्तराचा शानपनाच की! सोता कोडं पाठवायचं सोडून ह्येला भरून देणारा ह्यो मास्तर किती दीडशाना असंल? व्हय्?"

दोन्ही हातांच्या नखांनी कराकरा डोकं खाजळून तुका म्हणाला–

"टेलर, नशीब म्हंत्यात नशीब ह्येला!"

"अगा नशिबाच्या, ए दीडशान्या!" अशा हाका घालून नामदेव टेलरनं एक हात पुढं करून विचारलं, "बापूमास्तरानं भरून दिलंय हे खरं का?"

राग आल्यागत तुका तावानं बोलला–

"अगा, तुला खोटं सांगायला मी काय कोर्टात साक्ष द्या लागलोय काय?"

"असं म्हनतोस?"

"मग?"

टेलर गप राहिला. थोडा वेळ विचार केल्यागत करून तो म्हणाला–

"मग मास्तराला ह्यातला काय वाटा?"

"वाटा?"

"व्हय्?"

"लेका वाटा का वरवंटा?"

टेलर चंप्यावर भार देऊन पुढं झुकला आणि भुवया हालवत विचारू लागला–

"का बाबा, वरवंटा आणि पाटा का? कोडं भरून दिलंय न्हवं?"

"दिलं असंल. नाव कुणाचं हाय?"

"अगा आम्ही सगळं टाक म्हणत न्हाई."

भुईची काड्याची पेटी उचलून हातात द्यावी तशी हाताची मूठ पुढं धरून तुका म्हणाला–

"न्हाई, घे घे. घे रं माझ्या अण्णा. अरं रागू रं तू!"

ताळ्यावर आल्यागत टेलर शांत झाला आणि भिंतीला पाठ टेकवून हळू आवाजात म्हणाला, "तसं नव्हं तुकादा! जर कोडं मास्तरानं भरून दिलंय तर काय ना काहीएक हिस्सा म्हाद्यानं आपनहून त्याला द्याला पायजे."

"हिस्सा? काय भावकीतलं शेत वाटून घ्याचं हाय काय ते?"

टेलरनं मान हलवून विचारलं–"एवढं कोडं भरून दिलं म्हणून बारा हज्जार रुपयं मिळालं. मग त्याचं काय चीज करनार न्हाई तुम्ही?"

"चीज?"

"व्हय!"

"घ्या त्याचा हिंगणमिट्टा! देतोय बघा!"

हाताची बोटं फाकून बोलला– "आयला, काय माणसांत जमा हाय का कशात रं मग? ह्येला कोण माणूस म्हणंल का?"

"त्याचं असं हाय, नामदेव टेलर," असं म्हणून तुका सावकाश एकेक घोट गिळल्यागत बोलू लागला, "सगळा खुळ्यांचा बाजार हाय गाऽऽ! दुसरं काय न्हाई! त्यो मास्तर कोडं काय भरून देतोय, ते खुळं म्हाद्या पाठीवतंय काय, बक्षीस लागतंय काय आणि हाय काय आणि न्हाई काय!"

"अगा पर मास्तर गप का बसतोय?"

"तर काय करंल त्यो बिचारा?"

"ह्यातली निम्मी वाटणी टाक, म्हणून त्याला दारात जाऊन हुबा ऱ्हायला येत न्हाई?"

"किती शाना रं तू!"

"काय झालं?"

"एवढं जर त्याच्या अंगात पाणी असतं तर मग त्यो मास्तर कशाला झाला असता? व्हय, टेलर, मग गावचा सरपंच होऊन ऐता पैसा खाल्ला नसता काय त्यानं?"

"मग खुळ्यांचा बाजार का म्हणता? चोरांचा म्हणा की!"

"चोरांचा म्हणा, खुळ्यांचा म्हणा, पर असं हाय पगा हे टेलर!"

पोटात कळ यावी तसा टेलर जरा कळवळला. दातांखाली ओठ धरून त्यानं मान हलवली आणि झाकलेले डोळे उघडून तो बोलला, "छे! ह्यो अन्याय म्हणायचा!"

"नुसतं म्हणून करायचं काय?"

"तुकादा, असं जर हाय तर डोळं झाकून गप बसायचं न्हाई."

"तर काय करायचं, बाबा?"

"काय करायचं? ह्या कामात मास्तराला पेटवायचा!"

"पेटवायचा!"

"व्हय."

"मग असं कर," असं म्हणून तुका बोलला, "एक राकेलचा डबा घे आणि वत त्येच्या अंगावर आणि लाव काडी."

पाणउतारा झाल्यागत तोंड करून टेलर विव्हळल्यागत बोलला–"शेंडा ना बुडका असं काय बोलणं म्हणायचं हे?"

झीट झाल्यागत तुका म्हणाला, "तू त्याला पेटवाय निघालाईस, मग काय सांगायचं तर! अगा मस्त रास्सारी त्याच्यासंगं बोलून दमलोय मी!"

"आणि?"

"आणि काय? फुकट दातांच्या कण्या करून घेतल्या न्हवं!"

"मग खुळं हाय काय गा ते! पैसा नगो झालाय व्हय त्याला?"

"त्याच्या अंगात नेट नको? टाक माझी निम्मी वाटणी म्हनायला अंगात जरा निराळं पानी लागतं टेलर!"

टेलरनं उपाय सुचवला, "नेट आम्ही करू की! चार पंच गोळा करू, कोडं आपन भरून दिलंय म्हणून मास्तरानं नुस्ती मान हलवावी. मग फुडचं आम्ही बघतो की!"

तुका आपला खालचा ओठ बाहेर काढून म्हणाला, ''ह्या फंदात त्ये पडायचंच न्हाई गा! त्याला काय सांगाय गेलं तर ते वर आभाळाकडं बोट करून दावतंय आणि नशिबात असंल तसं होणार असं म्हणतंय.''

''म्हंजे, त्याचं म्हन्नं तरी काय?''

''ते म्हणतंय, जर आपलं नशीब असतं तर आपल्याला मिळलं असतं. त्याच्या नावावर त्यानं पाठवलं, देवदयेनं बक्षीस लागलं. त्यात आपन मन घाला का?''

''हूं!''

''हूं काय? आणि वर तुकारामाचा अभंग म्हणून दावतंय! मग त्या खुळ्याला काय म्हणायचं?''

''एवढं खुळं हाय ते?''

''अगा सगळीच खुळी हैत! कोण शाना हाय?'' असं विचारून तुका बोलू लागला, ''मास्तरानं कोडं भरून दिलं. बक्षीस त्या खुळ्या म्हाद्याला लागलं. पैसा एकाला मिळाला आणि फुकट मांग हलगी वाजवून गेलं न्हाईत? मांग हलगी वाजवत आलं आणि खुळी धनगरं ढोल बडवत आली!''

त्यात भर घालून टेलर म्हणाला, ''आणि लेजीम खेळून पोरं दमली त्ये!''

हातांची बोटं टेलरच्या डोळ्यांजवळ नेत तुका बोलू लागला, ''लग्नात वरातीला ह्या भडव्यांस्नी किती मान देतोय! हट्टावर चढून बसत्यात! ही ही हलगी वाजवणारी मागंय गाऽ! मेल्यालं जनावर ताठावं तशी ताठव्यात की तवा! अमुक इतकं घेईन म्हणून फुगून बसत्यात. खरं का न्हाई?''

''तर! तवा त्यांस्नी लई मान येतोय. अहेराचं पटकं अंगावरनं खाली फेकून देत्यात!''

''आणि त्या खोताच्या दारात कशी फुकट हलगी वाजवून गेली! जुना एक पटका दिला न्हाई त्यांस्नी अहेर म्हणून!''

''आयला वैशी म्हनायची एकेकाची! तुकादा, त्या मास्तरलाच कळ लावायला पायजे गा.''

''त्याच्यात नेट न्हाई रं!''

''मी सगळं गाव उठवू का? सगळ्यांनी सांगूनसांगून त्याच्या डोस्क्यात किडं पाडू! लोक त्याला जाऊनजाऊन इचाराय पायजेत, बाबा, तू का गप बसतोस म्हनून?''

तुकाही म्हणाला, ''सगळ्यांनी असं डोस्कं उठिवलं तर त्याच्याबी तोंडाला पाणी सुटंल की!''

''ऐतं घबाड गावलं तर कोन नको म्हनेल?''

“अगा ते हाय तसलं! नको म्हनतंय. ‘मी एक दोन-तीन शब्द फक्त फिरविलं, त्यात काय लई इशेष केलंय’ म्हनून इचारतंय्!”

“बाबा, त्यातच इशेष घडलं. बारा हज्जाराचं बक्षीस मिळालं म्हनावं.” असं म्हणतच नामदेव टेलर उठला आणि एक हात वर करून म्हणाला, “आता गाव सगळं पेटिवतो बघ. सोडत न्हाई. आयला, कोडी सोडवून सोडवून आमचं केस पिकलं आनि ह्या खुळ्याला बक्षीस व्हय?”

“उठलास का? कुठं निघालास?”

“का उठलास? कुठं निघालास? तुकादा, माझ्या जिवाला काडी लागल्यागत झालीया! आता सवनं एक कड धरतो आनि आग लावून देतो बघ गावाला!”

“बस. एक घोटभर च्या घेऊन जा.”

उठून लांब गेलेला टेलर जवळ आला. आतनं तुकाची बायको घायकुतीला येऊन म्हणाली,

“जाऊं द्या की त्यांस्नी आता! अजून अंघुळ न्हाई, अष्ट्यान् न्हाई, जेवण न्हाई, खाणं न्हाई आणि काय बोलत बसलाय् म्हनायचं हे? काय म्हनून वडा कुटाय लागलायासा? बक्षिसी त्याला मिळाली आनि तुम्ही का उगंच कात्याकूट करत बसलाय त्याचा? उटा आधी, आपल्या उद्योगाला लागा. व्हय, नामदेवभाऊजी, गप कापडं शिवत बसायचं सोडून काय बोलत बसलाय हे मगाधरनं!” तुकाची बायको अशी वटवट करीत बाहेर आली, तेव्हा चहाची आशा सोडून टेलरही बाहेर पडला. गप आपल्या घरात जाऊन मशीनवर बसायचं सोडून लोकांच्या घरात वेळ काढू लागला.

चार दिवसांत गावाला वणवा लागला. ज्याला-त्याला मास्तराचा पुळका येऊ लागला. दुकानात, पारावर, तालमीच्या कट्ट्यावर, चावडीत बसून लोक हेच बोलू लागले. जिकडेतिकडे मास्तराचा विषय बोलला जाऊ लागला. मास्तर फशी पडला, बिचाऱ्याला फशिवलं, मास्तरानं कोडं सोडिवलं आणि म्हाद्याला घबाड मिळालं, असं उघडउघड बोललं जाऊ लागलं.

आठ-पंधरा दिवस असं वारं झडत राहिलं. लोकांनी मास्तराला घोड्यावर बसवण्याचा हरयत्न प्रयत्न करून बघितला. एक दिवस खुद्द गावकामगार पाटलांनी कळ लावून बघितली. मास्तर शहाणा होता. त्यानं पाटलांनाच एक उदाहरण दिलं. तो म्हणाला,

“त्याचं असं आहे पाटील, एक उदाहरण देतो. समजा, तुम्ही शेंगा केल्या. भयंकर पीक आलं. अगदी बघत उभं राहावं असं! हे येवढं चांगलं पीक आलेलं बघून एकेकाच्या तोंडाला पाणी सुटू लागलं. पीक तुमचं आणि बी

देणारा जर उद्या तुमच्याकडं येऊन म्हणाला की, ‘मला ह्यातली निम्मी वाटणी मिळायला पाहिजे. मी बी दिलं म्हणून हे असं पीक आलं.’ तर त्याला तुम्ही निम्मी वाटणी द्याल का?”

मास्तर खुळा आहे म्हटलं आणि पाटील गप्प बसले. गावानंही मास्तराची खुळ्यांत हजरी काढली आणि त्याचा नाद सोडला. खोतालाही वाटलं, बरं झालं, परस्पर कलागत टळली. मास्तरानंच लोकांची खोड मोडली.

पण गाव काही ही गोष्ट विसरेना. लोक मास्तराला आपण होऊन घोड्यावर बसवत होती. तो बसला नाही. अखेर एकच आशा उरली आणि ती म्हणजे खुद्द खोताच्या घरावर विस्तू ठेवायचा. त्या भावाभावांत भांडणं लावून द्यायची!

एकदोघांनी कुशलतेनं तसा प्रयत्न करून बघितला. लोकांनाही असं काही होईल अशी फार आशा होती. पैसा म्हणजे कली आहे, तो जिथं जाईल तिथं गुण दाखविणार हे खरंच होतं. आज ना उद्या भावाभावांचं भांडण पेटेल असं लोकांना फार वाटत होतं. लोक नुसती वाटत बघत बसले होते. म्हाद्याचं लग्न झाल्यावर ही कलागत सुरू होणार अशी एकदोघांची भविष्यवाणी होती.

अखेर तेही झालं. म्हाद्याचं लग्न झालं, चांगल्या घरातली मुलगी अगदी हुंडा देऊन आली. संसारही सुरळीत सुरू झाला आणि गाव मनगटं चावत बसलं!

एकूण आपलं घर वर आलं हे गावाला काही बरं वाटत नाही, हे म्हाद्याच्या थोरल्या भावानं बरोबर हेरलं होतं. तसा तो चतुर होता. एक दिवस दुपारच्या वेळी कोणी नसताना तो आपल्या धाकट्या भावाला म्हणाला,

“म्हादा, आपलं सगळं बरं झालं हे खरं. पर गावाच्या लाई पोटात दुखाय लागलंय! ह्यावर काय करावं? लोक आपल्याबद्दल धड बोलत न्हाईत. असा गवगवा असणं ही गोष्ट काही चांगली नव्हे. अकारण वैर का असावं? वेळ असतो, प्रसंग असतो. गावाबरोबर वैर करून कसं चालंल?”

“अगा, पर दादा, आपन काय गावाचं घोडं मारलं म्हणून त्याचा इचार करायचा?”

“घोडं मारलं न्हाई, मांजर मारलं न्हाई, हे खरं, पर असा वांकुडपणा असू ने गा. त्यावर कायतरी तोडगा काढाय पायजे!”

म्हादानं विचारलं, “काय तोडगा काढायचा?”

दोन्ही हातांनी डोकं धरून दादा म्हणाला,

“तेच काय समजंना झालंय! काय करावं म्हंजे गावाला बरं वाटेल?”

ही चिंता त्या भावांना पडली आणि पुढं पंधरा-तीन आठवड्यांतच त्यांच्या घरावर दरोडा पडला. सोनं, नाणं, होतं-नव्हतं ते आणि मिळालं होतं ते सारं

चोरांनी साफ धुऊन नेलं होतं. शिवाय घराच्या एका भिंतीला भलं दांडगं भगदाड पडलं होतं. त्या भिंतीतनं चोर आत आले होते. ती भिंत दुरुस्त करायलाही पैसा नव्हता. दोघेही भाऊ उरी फुटल्यागत कपाळाला हात लावून बसले आणि गावाला एकदम पान्हा फुटला!

कधी न येणारे-जाणारे लोक खोताला आगतीनं भेटायला येऊ लागले. सबंध गाव हळहळू लागलं. नामदेव, तुकाराम ही जोडीही भेटायला आली! लोकांनी वर्ज्य केलेल्या घरात पुन्हा वर्दळ सुरू झाली, आणि गावाच्या डोक्यातनं तो बक्षिसाचा विषयही नाहीसा झाला. नदी आपल्या पात्रातनं वाहू लागली. सगळं नीट रांकेला लागलं आणि सुरळीत चालल्यावर मग सावकाश खोतांनी भिंत बांधायला घेतली आणि वर सुरेख अशी माडीही चढवली!

■

पदरमोड

दुपारची मोट सोडून मोकळा झालेला शिवा गार खोपीच्या सावलीत भाकरी खात बसला होता. उगंच एक घास बत्तीस वेळा चावत होता. ध्यान सगळं समोरच्या भाकरीवर होतं. तोंडात घास घोळत होता आणि हातानं भाकरी मोडत होता. किल्ली दिलेल्या यंत्रागत त्याचं आपलं खाण्याचं काम चालू होतं. खाली बघून तो कशीबशी आपली तोंडातली भाकरी चाबलत होता. निम्मी भाकरी खाऊन झाली, तरी पाण्याचं लोटकं काही त्यानं तोंडाला लावलं नव्हतं. पहिल्या घासालाच तहान लागली होती. पण तशीच तहान मारून तो घास गिळत होता. कारण आता पाणी प्यावं तर दातातनं कळा येतील, पुढचं जेवण जायचं नाही. शिवा तसाच घास मोडत होता. फडक्यातल्या भाकरीकडं बघत आपला तोंड हलवत बसला होता.

अशा दुपारच्या वेळी गणा भातमाऱ्या लांबलांब ढेंगा टाकत गडबडीनं पांदीनं निघाला होता. टाचा न टेकता नुसता चवड्यावर भार देत चालला होता. मनात एक विचार घोळवत गणा गडबडीनं डगर चढून वर गेला आणि घाम पुसत खोपीपुढं जाऊन हजर झाला.

शिवा आपला भाकरी खाण्यात गुंग होता आणि एकाएकी गणानं बाहेरनंच विचारलं,

"काय चाललंय, शिवराम?"

खाली घातलेली मान वर करून शिवानं बाहेर बघितलं आणि तोंडावर हसू आणून तो म्हणाला,

"ये, भाकरी खा, ये!"

"घ्या देवाचं नाव" असं म्हणून गणा भातमाऱ्या खोपीत शिरला आणि कुडाला पाठ टेकून गप्पच बसून राहिला. अंग सारं घामानं थबथबलं होतं. आभाळ भरून आल्यासारखं झालं होतं आणि हवाही सगळी बंद होती. सदऱ्याच्या गुंड्या सोडत गणा म्हणाला,

"काय उकाडा म्हणायचा गा ह्यो!"

''तर, आता वैशाक आलाच की हो. ऊन तावायचंच की.''

बारीक नजरेनं तोंडाकडं बघितल्यागत करून गणा उगाचच हसला आणि तोंडावरची नजर न काढता तसाच बघत राहिला. त्याच्या गळ्याची घाटी खालवर होत राहिली आणि शिवानं विचारलं,

''का गा? हसाया काय झालं?''

''उगं आपलं हसू येतंय गा.''

''कशाचं?''

गणा पुन्हा एकवार हसला आणि आतल्या आत हसू दाबत म्हणाला, ''व्हय शिवा, नुस्ताच वैशाक आला म्हणतोस?''

''मग दुसरं काय म्हणू गा?''

''मग काय म्हणायचं तुला.'' असं बोलून गणा धोतराच्या सोग्यानं घाम पुसत राहिला. शिवानंही खाली बघून पुढ्यातली भाकरी संपवली. रिकामं झालेलं फडकं तिथंच खोपीच्या तोंडाला झाडून तो उठला. हातात लोटकं घेऊन जरा बाजूला गेला. हात धुतला आणि धुतलेला हात दाढवानाला लावून त्यानं लोटकं तोंडाला लावलं. कसेबसे दोन घोट गिळून तो तिथंच बसला. मनी आलं, काय नादावर हा बाबा आला असंल? आभाळ असं तावाय् लागलंय् आणि भर उन्हाचंच गावातनं उठून रानात काय काम काढलं असेल ह्यानं? गार पाणी दाताला झोंबत होतं. तोंडानं सूं सूं करत शिवा उठला आणि एक हात तोंडावर धरूनच आत येऊन बसला. गणानंच कंबरेचा बटवा सोडला आणि सुपारी कातरत तो म्हणाला,

''घे पान.''

''पान सोडलंय गा.''

''सोडलंय्?'' असं विचारून गणा तोंडाकडं बघत राहिला. त्याच्या गळ्याची घाटी पुन्हा खालीवर झाली आणि त्यानं हसत म्हटलं,

''यवडं कुणापायी मिळवून ठेवायचं रे? ना बायकू. ना पोरं.''

''तसं न्हवं. पैल्यागत आता दातानं चावत न्हाईत गा.''

''कीड लागलीया म्हण.''

''व्हय. दाढाच जरा पोकरल्यागत झाल्यात.''

गणाला हसू आलं आणि शिवानं विचारलं,

''त्यात हसाय काय झालं?''

''हसू येतंय गा!''

''कशाचं?''

अंगावरच्या सदऱ्यानं वारा घेतल्यागत करून गणा म्हणाला,

"एवड्या लवकर कीड लागायला काय झालं रं?"

"आता झाली की, चाळिशी उलटली."

"खुळ्या, म्हणजे काय म्हातारा झालास?"

"मग कशानं दात आत आलं तर?"

"त्येचं असं हाय, बरं का शिवा, तेल-पाणी सगळं असलं म्हणजे इंजान चांगलं असतंय बघ. न्हाईतर त्येलाबी तांबेरा धरतोय का न्हाई?"

गणानं दिलेला दृष्टांत शिवाला बरोबर पटला. दोनदा-तीनदा मुंडी हलवून तो म्हणाला,

"व्हय की. उमर सगळी लोकांची चाकरी करण्यात गेली. मिळंल ते खायचं. चांगला खाना असला तर सगळं खरं."

त्याला खुळ्यात काढून गणा म्हणाला,

"त्येका, तसं न्हवं. खाण्यावरबी काय न्हाई."

"मग कशावर?"

"इंजनाचीच गोष्ट घे की."

शिवा नुसताच तोंडाकडं बघत बसला. त्याच्या बोलण्याचा त्याला अर्थबोध होईनासा झाला आणि इंजिनाचंच उदाहरण घेऊन गणा त्याला समजावून सांगू लागला, "नुसतं त्याल-पाण्यावरबी काय न्हाई, रं. रोज त्याच्याकडनं काम घेतलं, तर ते काम देतंय. काम न घेता नुसतं त्याल घालत बसलास, तर इंजान बी काम देत न्हाई बघ."

अशी फोड करून झाल्यावर गणा तोंडाकडं बघत राहिला आणि शिवा नुसतंच तोंड पसरून गप बसून राहिला. तसं गणानंच विचारलं,

"काय कळ्ळं न्हाई?"

"हुमान घातल्यागत बोलाय लागलास, कसं कळायचं?" शिवा म्हणाला.

"खुळ्या ल्येका, इंजान हे एक उदाहरण दिलं, रे. धेआचं बी तसंच हाय की."

भाबडा शिवा कसनुसं हसून म्हणाला,

"बिनकामाचं कोण चाकरी ठेवंल? आई-बा मेल्यापास्नं आज ईस साल झालं, लोकाची चाकरी कराय लागलोय की. काम केलं नस्तं तर, कोण चाकरी ठेवलं अस्तं मला?"

"कोण ठेवणार गा मग चाकरी?"

"इंगाशी! पकाऽका लाता घालून हाकलून दिलं अस्तं की गा. सगळं घरच्यागत करतोय, अंग मोडून राबतोय म्हणून कुणाचा बोल घ्याचं कारण न्हाई. दिवस चालल्यात."

"दिवस चालल्यात," अशी री ओढून गणा म्हणाला,

"आणि इंजनाला तांबेरा चढाय लागलाय!"

शिवानं विचारलं, "काय नुस्ता खुल्ला बसून हाय?"

"ते काय न्हाई खरं." असं म्हणून गणानं खडा टाकला–

"मग आता दोनीचं चार हात कवा हुणार?"

"कशाचं चार हात आणि काय गा?" असं म्हणून शिवा गप्पच झाला. बोलायचा थांबला. तोंडाकडं बघायचं ते उगाच बाहेर बघत राहिला. आभाळ गच्च दिसत होतं. चारी अंगांनी ढग उठले होते. नुसतं गदमदत होतं. बाहेर आभाळाकडंच दृष्टी लावून तो बसून राहिला. आणि झोपलेल्या माणसाला हलवून जागं करावं तसं गणानं, "व्हय, ए शिवा." त्याला उत्तर न देता बाहेर असं करत म्हटलं,

"यवडं कष्टी व्हायचं काय काराण गा?"

त्याला उत्तर न देताच बाहेर बघतच शिवानं विचारलं,

"त्या जाऊ द्या गा. आज दुपारचीच कुणीकडं दौड मारली म्हणायची ही?"

बसल्या जागेसनं पुढं सरकल्यागत करून गणा असा समोर येऊन बसला. बटव्यातली तंबाखू काढून तळहातावर घेत म्हणाला, "मुद्दाम तुज्याकडंच आल्तो गा."

"माज्याकडं?'

"व्हय."

"काय काम काडलंय?"

"काढलंय जरा काम." असं म्हणून तळहातावरची तंबाखू अंगठ्यानं चोळत गणा गप्पच बसून राहिला आणि शिवानं विचारलं,

"काय सांग की मग."

"सांगू?" असं विचारून तंबाखू झेलत गणा हसून म्हणाला,

"कुळवाची जोडणी केलीया. पर जरा खोळंबा झालाय."

"कशाचा?"

"एक बैल पायजे हुता."

"बैल?"

खुदकन् गणा हसला. नरड्याची घाटी खालीवर झाली. शिवा तोंडाकडे बघत राहिला आणि गणा बोलला,

"आता कसं सांगावं ल्येका तुला? मी बैल म्हटल्यावर तुबी बैल म्हणतोस! खुळं म्हटल्यावर, ओ देणार बघ."

"काय?"

"काय हुणार रं?" असं विचारून गणा म्हणाला,

"भर दुपारचं, ऊन न्हाई–तान न्हाई ते मुद्दाम उठून तुझ्याकडं आलोय म्हटल्यावर तुला कळुने?"

बाहेर आभाळाकडं बघत बसलेला शिवा जागचा हलला. दोन पायावर बसला होता ते सप्पय ढुंगण टेकून बसला आणि अंग वळवून आत बघत म्हणाला,

"असं म्हणतोस?"

"व्हय."

"मग इचार हाय, त्यो तरी फोडून सांग की."

तंबाखूची फकी तोंडात टाकून गणानंच विचारलं,

"आणि काय फोड करायची गा?"

"ते झालं. पर मला कोण पोरगी देणार गा?"

"मस्त हरीचं लाल हैत!" असं गणानं त्याला चढवलं आणि कसनुसं हसून शिवाच बोलला,

"गणपतराव, आमचं अता काय लग्नाचं वय ऱ्हायलंय व्हय?"

"काय झालं?"

"अहो दात असे आत आल्यात." तो असं सांगायला गेला आणि गणा म्हणाला,

"ईनात! कोण तोंडात हात घालून तपासत्यात काय? काय बघायला येताना संगट दाताचा डॉक्टर घेऊन येत्यात?"

"ते काय न्हाई खरं. पर आपलंच मन कचवचतंय की."

"का कचवचतंय?" असं विचारून गणानं एक दाखला दिला, "तवनाप मगदुमची तिसरी बायकू मेल्यावर आणि चवथी केली न्हवं परवाला?"

"व्हय की."

"त्येच्या तोंडात दात हैत? का अंगावरचं क्यास काळं हैत?"

"अगा पर त्यो सावकार हाय गा. त्यो आणि चार लग्नं करून घील!"

"त्यो चार घील तर आपुन एक घ्यावं."

"घ्यावं हे खरं, पर आपल्याला कोण दील गा?"

हाताचं एक बोट उभं धरून गणानं सवाल केला,

"तू तयार हैस का?"

शिवाला कोडं पडलं. काय बोलावं कळेना झालं. आपल्याच तोंडानं 'हूं' तरी कसं म्हणायचं? आणि कशाच्या जोरावर आपण बोलायचं? गावात ना घर, रानात ना शेत! चार पैसे तेवढे गाठीस होते हे खरं, पण वयाची चाळिशी

उलटली होती. जनाची नसली तरी मनाची लाज वाटायला नको? आणि कुणी सांगावं? गणा भातमाऱ्या म्हणजे मुलुखाचा भामट्या माणूस! उगाच थट्टा करत असला तर काय आपलं हसं करून घ्यायचं? असा आपल्याच मनाला ताळा घालून शिवा गप्पच बसला. पण त्याचा चेहरा-मोहरा बदलला होता. गडी मनातनं हरकला होता. त्याचा चेहराच सांगत होता. भाबडा शिवा हपापल्यागत टक लावून तोंडाकडे बघत राहिला आणि गणा भातमाऱ्याचा चेहरा उजळून गेला. शिवाच्या तोंडाकडे बघत तो म्हणाला, ''म्हणजे कान हलतोय म्हणायचा तुझा!''

''नुस्ता कान हलून काय करायचा हो?'' आणि गणा म्हणाला,

''अगा खुद्द माज्या मामाची पोरगी द्याची हाय गा. तू 'हूं' म्हण, मी जमवितो बघ!''

''हूं म्हणायला माझं काय जातंय खरं?''

''तुजं काय जात न्हाई, आमचीबी पोरगी खपती!'' उगचंच मनात शंका आली, आणि डोळ्यांतल्या बाहुल्या बारीक करून शिवा तोंडाकडं बघत राहिला.

तसा त्याला धीर देत गणा म्हणाला,

''पोरगी काय वाईट न्हाई हं. मनात काय शंका घ्याचं कारण न्हाई हं. खुद्द बापाची लेक गा.''

कचवचल्यागत करून शिवाच बोलला,

''पर आमचं असं वय झाल्यालं, तुमच्या मामाला पसंत पडंल का?''

''पडतंय. आपुनच!''

''असं कसं बरं?'' असं शिवानं सरळच विचारलं आणि गणानंही भाडभीड न ठेवता खुलासा केला–

''त्यचं असं हाय शिवा, त्यो पोरगी देणार न्हाई आणि यवड्यात तिच्या लग्नाची त्याला घाईबी न्हाई. पर त्याला आलीय नड. लोकांचं चार पैसं देणं हैत. ते भागवायापायी पोरगी काढायची पाळी आलीया बघ. दुसरं काय न्हाई.''

हा खुलासा ऐकून शिवाच्या मनातला शक गेला. म्हणजे दुसरी-तिसरी भानगड काही नाही हे एक त्याच्या मनाला बरं वाटलं. पैसा मोजल्याशिवाय त्याला तरी कोण पोरगी देणार? द्याज देण्याबद्दल त्याला काही वाटलं नाही, ते दिल्यावाचून त्याचं लग्न जमणारच नव्हतं, पण किती द्यावं लागेल हाच एक प्रश्न होता. भाडकन एकदम दांडगा आकडा फुटला तर काय करायचं, एवढीच त्याला काळजी लागली होती. गणाच्या तोंडातनं काय भाषा येती याची वाट बघत तो गप्पच बसला आणि खडा टाकत गणा म्हणाला,

''तुला जरा खर्च करावा लागंल बघ.''

शिवा काय बोलतोय ह्यावर गणाचं ध्यान होतं. तो त्याचं तोंड पारखतच

बसला होता आणि मनी हरकलेला शिवा खुदूकन हसून बोलला,

"खर्चा करू की! त्याबद्दल न्हाई गा."

"मग?"

"पर किती ग्याज ग्यावं लागंल, हे एकदा तोंडानं येऊ ग्या की निच्चळ."

गणा चुळबुळला. उगच बोटानं भुईवर रेघोट्या मारत म्हणाला, "त्या वाटाघाटी मागनं करू या."

तरीही शिवानं विचारलं,

"उगच आराच्या भाईर न्हाई न्हवं?"

त्याला धीर देत गणानं सांगितलं,

"तसं कसं असंल? आरांतलंच हाय गा."

गणा काही अंदाज देईना झाला आणि शिवाला काळजी लागून राहिली. उगच हुंऽ म्हणून पैसा ओतावा लागला तर काय करायचं? रीण काढून काही त्याला सण करायचा नव्हता आणि त्याचं तेवढं त्याला कारणही नव्हतं. कुटं गोत्यात पडू नये म्हणून आपणहूनच त्यानं खुलासा केला–

"गड्या गणपती, वीस साल चाकरी करून, एक-दीड हजार रुपये गाठीस हैत बघ."

त्याचं पुढचं बोलणं गणानंच अपुरं ठेवलं आणि झुकांड्या दिल्यागत मान हालवून तो म्हणाला, "रग्गड झालं, रग्गड!"

सावध होऊन शिवाच बोलला,

"पर हे सगळंच काय मी लग्नात खर्च करणार न्हाई हं."

"करू नको जा. सगळं भांडवल ह्यात गुतीव असं कोण म्हणतंय तुला?"

"म्हणजे त्यचं काय हाय, लगीन झाल्यावर आणि सौंसार उभारायला पायजे. चार भांडीकुंडी घेतली पायजेत. . ."

"ते कळ्ळं गा." असं म्हणून गणा म्हणाला,

"तर, सौंसार म्हटल्याला हाय त्यो! त्याला काय एक लागतं? त्यात शिरी गणेशापस्नं तुजी सुरुवात गा."

"हां बघ." असं म्हणून शिवा सांगू लागला–

"आता साळंला जायचं, तर पाटीदप्तरापस्नं खर्च आला. ते सगळं मला बघाय पाहिजे."

"ते बग खरं, पोरगी कवा बघतोस हे सांग आता."

"कवा दावशीला तवा बघू गा."

"मग ऐतवारी जाऊ या?"

"जाऊ की!"

गणा थांबला नाही. लगेच उठला. त्याला तसं टपाल लिहून कळवायचं होतं, नाहीतर कुणाबरोबर तरी सांगावा धाडायचा होता. त्यानं निरोप घेतला आणि डगर उतरून तो पांदीला लागला. टाचा न टेकता चवड्यावर भार देत गडी भरारा सुटला.

गणा गेला आणि शिवाला काही काम सुचेना झालं. रानात ढीगभर कामं पडली होती, पण कोणत्याच कामाला त्याचा हात लागेना झाला. बसल्या जागीच गडी बसून राहिला. उगीच आभाळाकडे बघत बसला. मनातल्या मनात त्यानं वार मोजले. ऐतवार काही लांब नव्हता. चार दिवस गेले की ऐतवार उजाडणार होता. पण शनिवारची रात्र सरून ऐतवार केव्हा उगवेल, असं त्याला होऊन गेलं. तीन तीनदा हाताची बोटं घालत तो बसून राहिला. हिशेबच सरत नव्हता.

शनिवारची रात्र गेली. शिवा आभाळाकडं नजर लावूनच पडून राहिला होता. चांदणी उगवलेली बघितली आणि गडी उठून बसला. गडबडीनं शेणघाण आटपून तांबडं फुटायलाच तो विहिरीत उतरला, 'फुलछाप' साबणाची वडी अंगाला लावून त्यानं दोनदा पाण्यात उडी टाकली. पायांच्या टाचा सगळ्या भेगाळल्या होत्या. चांगली एक दगडाची चीप हातात घेऊन त्यानं आपल्या पायाच्या टाचा घासल्या. भेगा सगळ्या बुजल्यागत झाल्या. पुन्हा पाण्यात उडी टाकली. अशी लख्ख अंघोळ केली. आणि जमिनीवर येऊन चांगलं पांढरंफेक पंजे नेसलं. वर वायलचा नेहरूशर्ट घातला. आर देऊन रंगवलेला मलमलचा फेटा बांधला. गडी असा सजून तयार झाला आणि दिवस उगवायलाच रानातनं गावात गेला. गणा भातमाऱ्याच्या गाडीत बसून गावाला निघाला. दिवाळी आल्यागत झाली होती. त्याचं मनच ठिकाणावर नव्हतं!

पाहुण्यांनी चांगलं आगतस्वागत केलं. आघळपघळ बोलणं सुरू झालं. पाहुणा लाळ घोटतच उभा राहिला आणि शिवाला भुलल्यागत झालं. त्याची दिशाभूल झाली. सोपा सगळा माणसांनी भरला होता आणि धरून आणल्यागत शिवा गप बसून राहिला होता.

एवढ्यात पोरगी आली. कांद्याच्या पातीगत हिरवागार शालू नेसून ती नटली होती. ती आली आणि नमस्कार करून दोन पायांवरच खाली बसली. सप्पय डोळे उघडून तिच्या तोंडाकडं बघायची शिवाला छातीच होईना झाली. बघावंसं तर वाटत होतं. पण मनाला धीरच होत नव्हता. बायला लाज वाटाय लागली! तोंडाकडं बघायचं ते तिच्या शालूकडंच तो बघत राहिला. पोरगी मात्र चांगली डोळे फाकून टकामका सगळ्यांकडे बघत होती आणि शिवा नुसती मान खाली घालूनच बसून राहिला होता. चोरट्या नजरेनं तिच्या अंगावरचा शालू

तेवढा अधनंमधनं बघत होता आणि जास्त टक लावून बघायचं त्याला कारणही नव्हतं. एक शंका मनात आली होती. तीही फिटली होती. पोरगी काही जूनजरबाट दिसत नव्हती, का अंगानं तशी धिप्पाडही नव्हती. म्हंजे तिचं वय काही जास्त झालेलं नव्हतं. उगंच बंब्या असला, तर काय करायचं? पण तसं काही नव्हतं. उलट पोरगी कवळीच दिसत होती. भ्यायचं काहीच कारण नव्हतं– त्यानं मान करून वर तोंडाकडं बघितलंच नाही. डोळ्याच्या कोपऱ्यातनं जेवढं दिसेल तेवढं बघून घेतलं आणि त्यावरच गडी खूष होऊन गेला.

बघण्याचा समारंभ झाला. पोरगी पसंत पडली होतीच. घराणं चांगलं होतं. यापेक्षा त्याला अधिक काय पाहिजे होतं? चार पैसे जास्त द्यावे लागले तरी हरकत नाही, असं वाटून त्यानं मनाचा निश्चय केला आणि एकदम देण्या-घेण्याचा वाटाघाटीला सुरुवात झाली. शिवाला मोडता घालायचाच नव्हता, कसंतरी करून त्याला हे जमवायचंच होतं. सगळ्या गोष्टींत त्यानं मिळतं घेतलं. होय-नाही म्हणता म्हणता द्याज म्हणून पाचशे रुपये द्यायचे आणि वर सगळा खर्च करायचा असं ठरलं. मुहूर्तही जवळचाच धरला आणि याद्या करूनच शिवा माघारी आला.

ठरल्या मुहूर्तावर बार उडाला. अंगाला हळद लागली, तांदूळ पडले, वरात निघाली आणि आता पाच दिवस पोरीला नांदायला म्हणून पाठवून द्यायची, पण शिवानंच तिला आणली नाही. कशी घेऊन येणार? बायकोला आणायचं तर घर नको? रानातल्या खोपीत राहता आलं असतं. पण चार भांडीकुंडी तरी नकोत? सगळी जुळणी करावी आणि मगच बायकोला आणावी असं ठरवलं आणि तिला आपल्याबरोबर घेऊन न येता नवरदेव तेवढा एकटाच परत आला.

आल्या आल्या लगेच एक दिवस सवड काढून तो कोल्हापूरला गेला. ताटं, वाट्या, तवा, उलातनं, हाये, नाहीं असं सगळं त्यानं खरेदी केलं. रानातल्या खोपीत राहायला मालकानं परवानगी दिली होती. आठ-पंधरा दिवसांत शिवानं खोप सजवून टाकली. मध्ये एक तट्ट्या मारून तेवढ्यांतल्या तेवढ्यात त्यानं दोन जाप्ते पाडले. स्वयंपाकघर निराळं केलं. एका कोपऱ्यात चूल मांडली. खरकटं पाणी जायला वाट करून दिली. बाहेरच्या जाप्त्यात एक बाजलं आणून ठेवलं. त्यावर एक नवी कोरी सतरंजी पसरली. धान्यधुन्य आणून टाकलं. चटणी-मिठापास्नं सगळी जोडणी केली. जळणाचा एक भारा मागच्या बाजूला रचून ठेवला. अशी सगळी तयारी केली. सगळा संसार मांडला आणि बायकोला बोलवायला शिवा पाहुण्यांच्या गावाला गेला. लग्नात एक कोट शिवला होता. तो कोटबीट अंगात घालून गडी मोठ्या हुरूपानं गेला.

या, बसा झालं. आणि मग सासऱ्यानं विचारलं, "का लगेच पळून आला?"

शिवानं मान वर करून एकवार तोंडाकडं बघितलं आणि पुन्हा खाली भुईकडं बघत तो म्हणाला,

"सगळी जोडणी केली आणि आलोय घेऊन जायाला."

एक खाकरा काढून सासरा म्हणाला,

"तसा काय सांगावा तर द्याचा नाही?"

"न्हाई दिला." असं म्हणून आपली चुकी झाल्यागत शिवा गप बसला. आणि सासरा बोलला, "असं एकाएकी उठून आलायसा, हे खरं, पर तसं आमाला करून कसं चालंल?"

पोटात घाबरा पडल्यागतच झालं आणि शिवा यडबडल्यागत करून तोंडाकडं बघत राहिला. उगच काही तरी बोलायचं तसं पुन्हा एकदा म्हणाला,

"सगळी जुळणी करून आलो."

"तुमी जुळणी केलायसा खरं, पर आमाला काय जुळणी कराय नको काय?"

शिवानं कचवचत विचारलं,

"कशाची जुळणी करता?"

"कशाची?" असं विचारून सासरा बोलला,

"अहो, लेकीला नांदायला पाठवायची, म्हणजे तशीच पाठवता येती? काय वळकट-बिळकट संगट द्याला नको?"

"त्येचं काय काराण हाय हो?"

"तुमाला न्हाई, पर आमाला हाय की. गाव आमाला हसंल."

शिवा काय बोलणार? उगच पायाच्या नडग्या दाबतच तो बसून राहिला आणि दृष्टी सहज अंगणात गेली. काखेत एक पोर घेऊन जोत्याजवळ एक पोरगी उभी राहिली होती. तिच्या परकराची नाडी गुडघ्यावर लोंबत होती आणि कसलंतरी एक मळकं पोलकं अंगात घालून हातानं चुटक्या वाजवत पोराला खेळवत होती आणि अधनंमधनं शिवाकडे टक लावून बघत होती. नजरानजर झाली तशी शिवाला शंका आली. चेहरा ओळखीचा दिसू लागला. हीच काय, हीच काय, असं मनात येऊ लागलं. तसं विचारायचं तरी कसं? तो आपल्या खाणाखुणा हेरत राहिला. अन् त्याच्या सासऱ्यानंच बाहेर बघत ख्यास मारली, "ए हुंबाडे, उगच कळा खात दारात का हुबी ऱ्हायलीयास? आत जाऊन जरा कयास तरी इच्चर जा."

दारात उभी राहिलेली पोरगी पळतच आत गेली आणि शिवानं सासऱ्याला विचारलं,

"बरं मग आता कसं करायचं म्हणता?"

"त्यात आणि म्हणायचं काय?" असं सासऱ्यानंच विचारलं, आणि शिवा येडबडला. उगा टकामका तोंडाकडं बघत राहिला. तसा सासराच म्हणाला,

"सगळी जुळणी करतो आणि आमच्या मनानंच लावून देतो. तुमी काळजी करू नका."

"तसं करा. पर लौकर लावून द्या म्हंजी झालं."

"येवडी काय घाई झालीया?" सासऱ्यानं विचारलं

आता कसं सांगणार? का घाई झाली असं विचारल्यावर काय बोलता येतं? तो मूग गिळून गप्पच बसला आणि थट्टा करत सासराच म्हणाला,

"यवडा चाळीस वर्षं दम काढला! आणि आताच यवडी घाई उडलीया व्हय? काय जरा दम निघत न्हाई जणू."

"तसं काय न्हाई खरं."

"तर मग का आलाय लगेच पळून?"

शिवा कसाबसा बोलला,

"अहो, सगळा संसार मांडलाय, दोनी वक्ता ऊनऊन हक्काची एक भाकरी खावी असं वाटणारच की हो माणसाला."

"ती कुटं जातीया काय? दांडगी आगत बाबा भाकरीची तुमाला!"

"अहो, शिळं तुकडं खाऊन सगळा जलम गेला. अगत असंना तर?"

त्याला चांगला शेवायाभात करून वाढायचा ते पाहुण्यांना एक ताजी भाकरी खायला घातली आणि हात हालवत शिवा माघारी गेला. गावात गेल्या गेल्या आधी त्यानं गणा भातमाऱ्याची भेट घेतली. मनातली शंका बोलून दाखवली. तो कचवचत गणाला म्हणाला,

"गणपतराव, पोरगी अजून परकर-पोलकंच घालती जण?"

"मग?"

"न्हवं, यवडी धाकटी कशी, म्हणतो मी?"

गणा बोलला,

"आता चिंगळी दिसतीया व्हय तुला? आणि तवा तुजं डोळं कुटं गल्तं?"

"शालूत काय वळकून आलं न्हाई हो तेवढं!"

"आणि आता परकरात वळिकलंस व्हय?"

"वळिकतोय कुटलं? एक अंदाज!"

"कसला अंदाज?"

"न्हवं, चेरा तसा दिसला गा."

"ल्येका, धाकटी भनबिन असंल तिची."

"व्हय, तसंबी असंल म्हणा."

गणानंच विचारलं,

“आणायला गेल्तास त्येचं काय झालं?”

“आमी खुळं.” असं म्हणून शिवा बोलला,

“सांगावा ते काय न देताच गेलो हुबाल्यागत. ते तसंच कसं लावून देतील? त्यास्नी काय जुळणी कराय नको?”

“तर! मग आता आणि कवा जाणार?”

“ते आपुनच लावून देतो म्हणाले, आता जायचं काराण न्हाई.”

शिवा वाट बघत बसला. एकाला दोन आठवडे गेले. पंधरा तीन वार झाले, तरी पाहुण्यांचा काही पत्ताच नव्हता. निदान सांगावा तरी द्यावा! तर तेही नाही! होता होता महिना गेला. शिवानंच एकदोन सांगावे धाडले; तर सांगावाही तिकडंच आणि पाहुणेही तिकडंच. अखेर न राहवून एक कार्ड लिहून पोस्टात टाकलं, तर त्याचंही काही उत्तर नाही. घरात आणून टाकलेल्या धान्याला कीड लागत चालली. त्यानंच दोन ऊन्हं दिली आणि आता काय करावं म्हणून त्याला घोर पडला. गप उठून जावं तर, “आणि का पळून आला?” असं विचारल्यावर काय सांगायचं? अखेर मृग लागला. कळ तरी किती काढायची? चार लोकही थट्टा करू लागले. हे काय खरं न्हवं असं म्हणून एक दिवस शिवा उठला आणि गेला पाहुण्यांच्या गावाला!

हातपाय धुऊन त्याला जरा बसू दिलं आणि तो काही बोलायच्या आत सासऱ्यानं विचारलं,

“यवडं तीनतीनदा उटून याला आणि एकाला धाॅ सांगावं द्याला आमी काय पोरगी लावून देत न्हाई व्हय?”

“तसं काय न्हाई हो.”

“तर मग टपाल लिहून कळवायचं काय कारण हुतं?”

शिवा म्हणाला,

“सांगावा मिळाला नसंल म्हणून टपाल धाडलं. दुसरं काही न्हाई.”

“कुणी शान्यानी लिवलं हुतं हो ते?”

“का? काय झालं?” असं शिवानं घाबरं होऊन विचारलं आणि काडकन् सासरा बोलला,

“असं लिवायचं असतंय?”

शिवा सांगू लागला,

“साळंतल्या मास्तराकडनंच घातलं हुतं.”

सासऱ्यानं विचारलं,

“असा मजकूर लिवायचा असतोय?”

“काय झालं?”

“अहो हुणार काय? मनाला लागलं.”

शिवा गप्पच बसला आणि ताव काढत सासरा म्हणाला, “न्हाई लावून दिलं तर काय करणार हाय तुमी? काय वडून न्हेणार हाय पोरीला?”

शिवाला काय बोलावं ते कळेना झालं. ही काय बैदा झाली म्हणून तो आपल्याच मनाला बोल देत गप्पच झाला. आणि सासरा म्हणाला,

“आमी तसं कशाला करावं बरं.” असं म्हणून तो बोलला, “लेकीची जात जिकडच्या तिकडं असली म्हणजे बरं असतंय ते. पर अजून जरा कळ काढा.”

“आणि किती कळ काढू?” असं शिवानं विचारलं. आणि सासरा म्हणाला,

“अहो पेरणी आलीया, आमची आता जरा वडावडच चाललीया हो.”

“आमचीबी वडावडच चालली की!”

“तुमची कसली वडावड?”

“का आमाला पेरणी, ते काय न्हाई व्हय?”

सासरा बोलला, “लोकाच्या घरात चाकरी ऱ्हायलाय आणि त्येचा पेरणीची तुमाला काळजी व्हय?”

त्याच्या या बोलण्यानं शिवाच्या मनाला डागण्या दिल्यागत झालं. लगीन करून फसलो, असं वाटलं. पदरमोड करून बोल खायची पाळी आली. तोंड वाकडंतिकडं करत शिवा म्हणाला,

“म्हणजे आमच्या नशिबात एक ताजी भाकरी खाण्याचा योग काय लौकर दिसत न्हाई.”

सासरा म्हणाला,

“मग कडंवरनं घेऊन फिरणारी, एक दांडगी बायकू करायचा हुतासा. धाकटी बघून का करून घेतलासा?” असं म्हणून सासरा सांगू लागला,

“खरं सांगू? तुमी अशी घाई करू ने. का तर आमची पार्वती अजून कवळी हाय.”

शिवा बोलला,

“हाय त्येला काय करायचं?”

“मग घेऊन जातासा?”

नेट धरून शिवा बोलला,

“त्यापायीच आलोय की मग!”

आणि सासऱ्यानं विचारलं,

“घेऊन जाऊन काय करणार, बाबा?”

"काय करणार?" असं म्हणून शिवा बोलला,

"दोन येळ भाकरी करून वाढू दे की. रग्गड झालं."

"शानं दिसता की-" असं म्हणून सासरा त्याच्या तोंडाकडं बघत राहिला आणि डोळे वटारून म्हणाला, "येणी घालाया शिकलासा का?"

शिवा तोंडाकडंच बघत राहिला आणि दारदार कुत्र्याला ओढून आणावं तसं आतनं आपल्या लेकीला बाहेर आणत सासऱ्यानं विचारलं,

"मग हिची येणी कोण घालणार तर?"

तोंड गेल्यागत शिवा गप्पच बसला. तिच्या परकराची एक नाडी गुडघ्यावर लोंबत होती. नुसतं तिच्याकडं बघत राहिला.

विलायती पीक

सप्टेंबर महिन्यातल्या एका दुपारी आत मास्तरांना डुलका लागलेला बघून पोरं बाहेर येऊन खेळत होती; खेळता खेळता एकमेकांना शिव्या देत होती, हसत होती, दात खाऊन भांडत होती. पण रस्त्यावरचा हा गलबला एकाएकी कमी झाला. पुढं पट्टेवाला आणि डोक्यावर साहेबी टोपी या दोन महत्त्वाच्या खुणा बघून कुणीतरी साहेब गावात आलाय् याची चाहूल पोरांना लागली. कोणता साहेब आलाय् हेच फक्त कळायचं होतं.

सामानाच्या ओझ्यानं वाकलेला पट्टेवाला पोरांच्या जवळ येऊन म्हणाला, "चावडीकडं जाणारा रस्ता ह्योच का?"

रस्ता एकच होता; पण दहाजणांनी दहा तऱ्हांनी सांगितल्यामुळं चालून-चालून आधीच दमलेल्या त्या लोकांच्या तोंडचं पाणी पळालं होतं. थकून गेलेला साहेब म्हणाला, "कुणीतरी एकजण बरोबर येता का?"

कुणीतरी एकजण बरोबर जाण्याऐवजी दहावीस पोरांचा लोंढाच्या लोंढा साहेबाला घेऊन चावडीकडे निघाला. मागं पोरं, पुढं पोरं आणि मध्यभागी साहेब आणि त्याचा पट्टेवाला, अशी ही मिरवणूक रमतगमत चावडीवर आली, तसा झोपेतून दचकून उठलेला तलाठी पोरांच्या अंगावर खेकसून म्हणाला-

"काय रं पोरानो, शाळाफिळा काय हाय का न्हाई तुम्हाला? प्रभातफेरी काढल्यागत सगळी कशाला गोळाहून आलाय हितं?"

पोरं लांब जाऊन उभी राहिली तसं तलाठ्याचं लक्ष साहेबाकडे गेलं. अदबीनं त्याला सामोरा जात तलाठी तोंड पसरून म्हणाला,

"वेळ केला यायला? मी लई उशीर वाट बगतोय् तुमची."

नुकती पदवी घेऊन आलेला तो तरुण रक्ताचा साहेब डोक्यावरची हॅट काढून घाम पुसायच्या आधीच ओरडला, "तुम्ही वाट बघत नुसते इथं कशाला बसलाय्? जरा स्टँडपर्यंत चालत आला असता तर काय बिघडलं असतं?"

तलाठी निर्विकार चेहऱ्यानं म्हणाला,

"त्येच! निघायचाच विचार करीत व्हतो."

"मग कुणी अडवलं तुम्हाला? दोन मैल रखडत आलो! एखादा छकडा ठेवला असता तर काय भाडं दिलं नसतं आम्ही?"

तलाठी त्यांना समजावून सांगू लागला,

"साहेब, भाड्याचा काही प्रश्न न्हाई वो."

डोक्यावरची हॅट काढून रुमालानं कपाळावरचा घाम पुसत साहेब म्हणाले-

"मग काय गावात एक छकडा मिळाला नाही तुम्हाला?"

"तीच पंचायत होऊन बसलीया न्हवं!"

"अहो, आम्ही येणार हे तुम्हाला कळवलं नव्हतं का?"

"तुम्ही कळवलं व्हतं हे खरं–"

"बरं, छकडा राहू द्या; लोक कुठं आहेत?" साहेबानं विचारलं.

तलाठी विचार न करता उत्तरला,

"लोक रानात हैत."

साहेब चरफडून म्हणाला– "अहो, काही विचार करून बोलताय् का तुम्ही?"

"त्यात इचार आनि काय करायचा? ते काय लबाड बोलायचं हाय व्हय तवा इचार करावा?"

साहेबांचा पारा चढू लागला. लालबुंद चेहरा करून तो म्हणाला,

"तुम्हाला लोक जमवायला काय झालं होतं?"

"कसं लोक जमवायचं? द्यायची तशी दवंडी दिली व्हती. पर लोक जमले न्हाईत त्येला काय करू?"

रब्बी पिकांच्या मोहिमेचा धडाक्यानं प्रचार करायला बाहेर पडलेल्या त्या शेतकी अधिकाऱ्याला, अमुक अमुक दिवशी आपण येणार हे आधी कळवूनही लोक जमू नयेत याचं आश्चर्य वाटलं; मनस्वी खेदही झाला. पुन्हा एकदा तोंडावरचा घाम पुसून साहेब म्हणाला, "अहो, वॉर फूटिंगवर ह्या मोहिमेचा प्रचार चालू असून लोक रानात आहेत म्हणता, मग ही मोहीम यशस्वी कशी व्हायची?"

तलाठी शांतपणानं म्हणाला,"अहो, त्यांचीबी मोहीमच चाललीया साहेब!"

"म्हणजे?"

"म्हंजे काय? वाफसा आलाय तंवर पेरन्या आटपाय नगोत? रानांतली पेरनी सोडून भाषान ऐकायला कोन जमंल काय, साह्येब?"

"अहो, या रब्बी पिकांच्या मोहिमेबद्दलच मी बोलणार आहे."

"त्ये झालं वो. पर येळ आली तर घरातलं मयत झाकून जितं लोक आधी पेरनी करून घेत्यात, तितं तुमचं भाषान कोन ऐकंल आनि छकडा तरी कुटला

मिळंल?''

पहिल्याच गावानं असा हिसका दाखवल्यावर साहेब फार निरुत्साही झाला. एवढी मोठी मोहीम सरकारनं सुरू केली असता शेतकऱ्यांनी तिकडे डोळेझाक करावी यासारखी दुर्दैवाची गोष्ट तरी कोणती होती? लोकांची ही उमेद बघून साहेबाचा उत्साह मावळला. तो खिन्न मनानं विचार करीत बसला. तसा तलाठी म्हणाला,

''आता ह्या टायमाला रानांतल्या पेरन्या सोडून कोन येणार न्हाई बगा.''

साहेब निश्चयाने म्हणाला, ''असं नाही चालायचं! लोकांना आधी गोळा करा. हा अन्नधान्याचा प्रश्न आहे. प्रचार झालाच पाहिजे!''

''त्ये सगळं खरं! पर लोकांचाबी अन्नधान्याचाच प्रश्न हाय!''

काही केल्या साहेबांना तलाठ्याचं म्हणणं पटेना, आणि तलाठ्याला साहेबांना कसं पटवून सांगावं हे कळेना. हर तऱ्हांनी आपलं म्हणणं पटवण्याचा प्रयत्न करून दमल्यावर तलाठी म्हणाला,

''साह्येब, लोकांस्नी काय धरून आनायचं हाय का?''

''ते काय पाहिजे ते करा; पण लोक गोळा करा!''

''अहो, लोक गोळा करा हे खरं; पर गोळा करायचं कसं, साह्यब?''

''ते मला काही सांगू नका!''

साहेबाचा करारीपणा ध्यानात घेऊन तलाठी म्हणाला, ''मग असं करा, ऱ्हावा आजच्या दीस. रातच्याला चार लोक जमवू आणि मंग सभा झाल्यावर सकाळी उठून जावा.''

साहेब चिडून म्हणाले, ''अहो, एवढी फुरसत नाही आम्हाला. एकेका दिवसांत दोनदोन-तीनतीन गावं मारायची आहेत!''

''म्हंजे एकदम धावता दौरा हाय म्हना की!''

''नुसती घोडदौड आहे! सकाळी एक गाव झालं. आता दुपारी तुमचं एक मारायचं, आणि रात्री तिसरं.''

साहेब गाव मारल्याशिवाय काही पुढं जायला तयार नाही, हे बघून खुद्द तलाठीच लोकांना बोलवायला बाहेर पडला. कुणाला अण्णाबाबा म्हणून, तर कुणाला दम देऊन, चार लोक पुढं घालूनच तलाठी चावडीवर परत आला. चार-आठच लोक बघून साहेबांनी विचारलं, ''येवढेच लोक जमले?''

''त्ये का? भरतीला ही शाळेतली पोरं हैतच की!''

''ही पोरं काय करायची?''

''अहो, कोंच्याबी सभेत पोरंच फुडं असत्यात, साह्येब!'' असं म्हणून तलाठ्यानं पोरांना हटकलं. एक खुर्ची पुढं ठेवली. खुर्चीसमोर पोरं मांडी घालून

विलायती पीक । ८९

बसली आणि त्यांच्या मागं धरून आणलेले चार-आठ लोक काळजी करीत बसून राहिले. साहेबांनी वेळप्रसंग बघून प्रचाराचं स्वरूप संभाषणाच्या थाटाचं ठेवलं. बैठकीत बोलावं तसं ते म्हणाले,

''मंडळी, रब्बी पिकांची मोहीम सुरू झालीय. तुमच्या काही हालचाली सुरू झाल्या आहेत की नाहीत?''

हरिबा आणि केरबा ही गावातली एक इरसाल जोडी होती. एकमेकांना डोळा घालून हरिबा म्हणाला, ''म्होईम सुरू झालीया तर काय करावं म्हनता?''

''ती यशस्वी करायला पाहिजे.''

केरबा म्हणाला, ''ती यशस्वी करायची तर मग आमाला पेरनी टाकून हितं कशापायी आनलं?''

साहेब जीव तोडून रब्बी हंगामाच्या मोहिमेचं महत्त्व पटवून देऊ लागले आणि लोकांना या कशाचंच काही वाटेनासं झालं. या आडवळणी गावात काही सुधारणाच दिसेनाशी झाली. स्वातंत्र्य मिळाल्यापासून शेतकी खात्याने इतक्या सुधारणा करूनही हे गाव पूर्ण अंधारातच राहिल्यासारखं वाटत होतं. या गावात आजवर शेतकीविषयक काय-काय सुधारणा झाल्या आहेत याचा अंदाज घ्यावा म्हणून साहेबांनी विचारलं,

''जपानी भातशेती तुम्ही करता का नाही?''

हरिबा म्हणाला, ''चातक वरडून वरडून मेला तरी पाऊस पडत न्हाई आनि जपानी भात कशाला करतोय्?''

हरिबाला साथ देत केरबा म्हणाला,

''साह्येब, देशी भात आमाला करायचं होत न्हाई, आणि जपानी-जर्मनी भात कशाला करावा?''

जनतेचं हे घोर अज्ञान बघून साहेबांना कीव आली. आपला घसा फोडून त्यांनी जपानी भातशेतीची पद्धतशीर माहिती दिली. राब जाळू नये, नेहमीप्रमाणं पेरणी करू नये, बियाणं जास्त वापरू नये, इत्यादी काही नवलाईचे मुद्दे त्यांनी कळकळीनं सांगितले. हे पुराण एक तासभर ऐकून घेतल्यावर हरिबा म्हणाला,

''साह्येब, गादी वाफा करून रोप लावनी करावी हे खरं; पर त्याला पानी कुटलं पाजावं वो? का ते जपान देशातनं आनायचं?''

साहेबांनी विचारलं, ''विहिरी नाहीत का?''

''मंग बाकीच्या बागायतीचं काय करावं?''

याला साहेब काही उत्तर देण्याआधीच केरबानं शंका विचारली, ''साहेब, ही जपानी भातशेती जर चांगली असती, तर आमच्या आज्या-पंज्यांनी ती करून बगितली नसती का? त्यांच्यापरीस आमी लई शानं झालो?''

हरिबा आणि केरबा असं वाकडं लावू लागले, तशी साहेब म्हणाले, ''बरं, ह्या जपानी भातशेतीचं एक राहू द्या; पण सुधारलेला भाजीपाला तरी करता का नाही?''

''सुधारक भाजीपाला आनि कसला असतोय्? आमी आपली भेंडी, बांवची, कुठं वांगीबिंगी, कुठं चाकवत, कुठं राजगिरा, असं करतोय्.''

''मग ह्यात नवीन काय करता?''

''नवीन करावं तरी काय म्हनता?''

साहेब सांगू लागले, ''नवीन करण्यासारखं पुष्कळ आहे. कोबी, फुलवर, नवलकोल, सुरण, कुर्का, याम, डबलबीन अशा किती तरी प्रकारच्या पालेभाज्या आणि फळभाज्या घेता येतील.''

केरबा हे सगळं ऐकून म्हणाला,

''ही सगळी इलायती पिकं दिसत्यात! ही करून खानार कोन वो?''

''काय झालं न खायला?''

''खायला काय होतंय्? तोंडं हैत खानारी; पर करून घालनार कोन?''

''त्यात काय अवघड आहे?''

केरबा हसून म्हणाला, ''त्यात काय अवघाड हाय, त्ये इचार आमच्या बायकांस्नी, म्हंजे सांगतील!''

हरिबा आणि केरबा या जोडीला साहेबांची कुठलीच गोष्ट पटत नव्हती; पण विलायती भाजीपाल्याचा परिणाम एकदोघांवर चांगला झाला. विशेषतः कुळकायदा अस्तित्वात आल्यामुळे नव्यानेच शेती करू लागलेल्या दिगंबरपंतांना या कोबीची लागवड करावीशी वाटून ते म्हणाले, ''साहेब, कोबीची लागवड कशी काय येईल बरं आमच्या रानात?''

साहेबांनी विचारलं, ''जमीन निचऱ्याची आहे काय?''

''हो, पाणी वाहून जाणारी आहे.''

''मग डोळे झाकून खुशाल कोबीची लागवड करा!''

निदान एका गृहस्थावर तरी आपल्या बोलण्याचा परिणाम दिसून आला हे पाहून साहेबांना मोठा हुरूप आला. रब्बी हंगामातील इतर पिकांविषयी ते उत्साहाने बोलू लागले–

''तुम्ही 'मालदांडी पस्तीस- एक' हे ज्वारीचं बी घेतलं की नाही?''

''निम्म्या पेरन्या झाल्या आनि कशाचं मालदांडी नि फिलदांडी! जे बी मिळालं ते घेतलं बगा!''

बी-बियाण्याची निवड उत्तम केली नाही, चांगल्या सुधारलेल्या जातीचं बियाणं वापरलं नाही, तर ही मोहीम यशस्वी कशी व्हायची, अशी चिंता लागून

साहेब म्हणाले, "अहो, ही मोहीम म्हणजे धान्याच्या टंचाईविरुद्ध पुकारलेली लढाई आहे! 'मालदांडी पस्तीस-एक' हे बियाणं म्हणजे या आघाडीचा गड्डाच आहे!"

"अहो, मग हे आधीच सांगाय पायजे व्हतं!"

साहेब म्हणाले, "मोहीमच जरा उशिरा सुरू झाली, त्याला काय करायचं? पण तुम्ही नको का जागं व्हायला?"

"अवो, पर तुमच्याकडनं कळल्याबिगर आमी तरी काय करनार?"

साहेब सांगू लागले, "आमच्याकडे मागणी केली होती का तुम्ही?"

"मागनी केली तर म्हनता, आगाऊ मागनी केली न्हाई आनि आगाऊ मागनी केली तर उशिरा बी देता. पेरनी झाल्यावर तुमचं बी मिळून उपेग काय त्येचा?"

या मुद्द्याबाबत त्यांची नाना तऱ्हांनी समजूत काढून साहेबांनी पुन्हा विचारलं, "बरं, तुम्ही ज्वारी कशी पेरली?"

"कशी म्हंजे?"

"कोणत्या पद्धतीनं पेरली?"

केरबा म्हणाला, "त्यात पद्धती आणखी कोंच्या असत्यात? त्ये काय जेवान हाय व्हय, तवा एक बामनी पद्धतीनं करावं आनि दुसरं कुरवाडी पद्धतीनं करायचं?"

"तसं नव्हे, तुम्ही ज्वारी पुणेरी पद्धतीनं पेरली का?"

"पुणेरी पद्धतबिद्धत काय आमाला म्हाईत न्हाई. आम्ही आमच्या पद्धतीनं पेरली बगा!"

मग पुणेरी पद्धतीची ज्वारीची पेरणी कशी करायची, यासंबंधी सविस्तर माहिती सांगतासांगता साहेबांचा जीव मेटाकुटीला आला. यातच सबंध दुपार निघून गेल्यावर गव्हाच्या लागवडीविषयी एक अक्षरही न बोलता साहेबांनी रब्बी पिकांची मोहीम यशस्वी करण्याचा संदेश देऊन दुसऱ्या गावाकडे धाव घेतली.

साहेबांच्या या प्रचाराचा इतर कुणावर जरी फारसा परिणाम दिसून आला नाही, तरी दिगंबरपंतांच्या मनावर त्याचा खोल परिणाम होऊन कोबीची लागवड त्यांच्या डोक्यात पक्की बसून गेली होती. कोबी पिकवण्याचा त्यांनी चंगच बांधला. त्याविषयीची सविस्तर बारीकसारीक माहिती त्यांनी गोळा केली. त्यासाठी खास पुन्हा एकदा शेतकी अधिकाऱ्यांची भेट घेऊन त्यांनी बियाणंही पैदा केलं आणि एक एकर कोबीची लागवड त्यांनी प्रत्यक्षात आणून दाखविली.

दिगंबरपंतांच्या रानातलं हे विलायती पीक म्हणजे गावाला एक अप्रूपच

होऊन बसलं. आजूबाजूचे लोकही बघूनबघून जाऊ लागले. अशी काहीतरी डोकं वापरून सुधारक पद्धतीची शेती करायला पाहिजे, असं चारचौघांना वाटू लागलं. दिगंबरपंत स्प्रे पंपानं पिकांवर औषध फवारू लागले, म्हणजे भोवतीभर लोक गोळा होऊन बघू लागत. 'बोर्डी-मिक्चर,' 'निकोटिन सल्फेट,' 'फॉलीडाल' अशी औषधांची नावं दिगंबरपंत तोंडानं म्हणून दाखवू लागले की लोक खुळे होऊन ऐकत राह्यचे. पिकालाही आजार वडवतो आणि त्यावर औषधी उपाय करायचा असतो, ही गोष्ट प्रथम दिगंबरपंतांनीच या गावाला दाखवून दिली. ही औषधांची नावं हळूहळू लोकांच्याही तोंडी बसून गेली; पण त्यांचा वापर पिकांवर करण्याऐवजी ते आपल्या बायकापोरांवर करू लागले. हमरीतुमरीवर आलेला नवरा सहज म्हणू लागला, ''गप बस! न्हाईतर 'बोर्डी-मिक्सच' मारीन! काय वाटलं तुला? 'फॉलीडॉल' हानीन!''

पंतांचं कोबीचं पीक औषधपाण्याच्या जोरावर झोकात आलं. पीक बघून तहानभूक हरू लागली. पंत पैसा कमावणार असं वाटू लागलं. नोकरी कनिष्ठ, व्यापार मध्यम आणि शेती उत्तम हे पुराण-तत्त्व पंतांनी प्रत्यक्षात उतरवून दाखवलं होतं. शेतीला कल्पकतेची जोड दिली म्हणजे काय फायदा होतो याचं ते एक प्रत्यक्ष उदाहरणच होतं. टवाळी करायला आता लोकांना जागा नव्हती. सुधारणेचा मार्ग पंतांनी दाखवून दिला होता. त्यांच्या पावलावर पाऊल टाकायला लोक तयार झाले होते. पुढच्या वर्षी जिकडेतिकडे आता कोबीची लागवड होणार होती.

होताहोता पीक तयार होऊन कापणीला आलं. पंतांनी दोन गाड्या भरून कोबी शहरात नेली. पैशांनी भरलेला खिसा घेऊनच ते परत येणार होते. दिवस मावळून कडुसं पडलं आणि पंत बाजार आटपून घरी आले. घरातली सारी मंडळी त्यांची वाटच बघत होती. पंत घरी आल्याआल्या त्यांची पत्नी त्यांना म्हणाली, ''किती आले पैसे?''

एक नाही, दोन नाही! पंत न बोलताच कपाळाला आठ्या घालून बसून राहिले. तशी नाना तऱ्हेच्या शंका त्यांच्या पत्नीला येऊ लागल्या. हे बोलत का नाहीत? ह्यांना चोरांनी लुबाडलं तर नसेल? का बाजारातच कुणी खिसा कापला आणि सारे पैसे लुबाडले, म्हणून हे न बोलता बसून राहिले आहेत? काय झालं असावं बरं? काही कळायला मार्ग नव्हता. पंतही काही बोलत नव्हते. अखेर धीर करून त्यांच्या पत्नीनं पुन्हा विचारलं,

''काय झालं असं न बोलायला?''

''काय बोलू?''

''म्हणजे?''

पंत अधिकच खिन्न होऊन म्हणाले,

"म्हणजे काय! काही बोलण्यात अर्थच नाही!"

"अहो, पण झालं तरी काय?"

"काय व्हायचं राहिलंय? जे व्हायचं तेच झालं!"

कोडं काही उकलेनासं झालं. ती न बोलताच मनाशी विचार करीत राहिली. विचार करता करता एक गोष्ट तिला आठवली आणि ती हसून म्हणाली,

"आणायला सांगितलेली कापडं आणली नाहीत, म्हणून असं मुक्यानं बसला होय?"

पंत हातवारे करून एकदम म्हणाले,

"कापडं गेली खड्ड्यात! कापडं आणतोय! काय नागव्या बसलाय का घरात, तेव्हा अलबत कपडे आणावे?"

एकंदरीत प्रकरण काहीतरी भयंकर होतं; पण काय होतं हेच कळत नव्हतं. पंत रागानं लाल झाले होते. काहीतरी त्यांच्या मनाविरुद्ध गोष्ट घडली होती. काही मनस्ताप झाला असला पाहिजे. काय घडलं असेल याचा विचार करता करता त्यांची पत्नी एकदम म्हणाली,

"उधारी भागवावी लागली का सगळी?"

"उधारी कशानं भागवू? काय दात काढून देऊ का तोंडातले माझ्या?"

"दात कशाला काढायला पाहिजेत? दोन गाडी कोबी घेऊन गेला होता ना?"

"होय, गेलो होतो. पण पैशाच्याऐवजी काय कोबीचे गड्डे द्यायचे आहेत का त्यांना?"

तिनं शांतपणानं विचारलं, "अहो, पण कोबीचा पैसा आला नाही का?"

"मग तुला असं बोललो असतो का?"

"काय झालं पैसा न यायला? एवढ्या दोन गाड्या घेऊन गेला होता आणि पैसा आला नाही कसा?"

पंत सांगू लागले, "मी दोन गाड्या नेल्या होत्या तशा दुसऱ्यांनीही गाड्या आणल्या होत्या."

"अहो, पण आपल्या गावात तर कुठं कोबी दिसत नाही आणि कुणी गाड्या आणल्या होत्या?"

"अग, आपल्या गावात नाही म्हणून जगात नाही असं आहे का?"

"मग बिघडलं काय?"

पंत रागानं म्हणाले, "बिघडलं काय म्हणजे? सारा कोबीनंच बाजार भरलेला! कोण विचारतोय आपल्या मालाला?"

"मग काय गिऱ्हाईक नव्हतं?"

“ते का? बागवान घेत होते की!”

“मग दिला का नाही माल?”

“अग, अडवून मागू लागले, मग कशाला देतोय? रुपया मिळायचा तिथं दोन आणे मिळायचं चिन्ह दिसेना! औषधांचा तरी खर्च निघायला पाहिजे का नको?”

“मग काय, माल विकला नाही?”

“सांगतो काय तर तुला!”

“आणि मग गाड्या कुठं आहेत?”

पंत म्हणाले, “एक गाडी घेऊन आलोय्.”

“कुठं आहे ती?”

“ती गावात फिरतेय्.”

“कशाला?”

“कशाला काय? अग, फुकांपासरी माल देण्यापेक्षा निदान लोकांना वाटून टाकला तर आपलं नाव घेऊन खातील तरी लोक!”

“म्हणजे गावात कोबी वाटीत गाडी फिरू लागलीय् का?”

“विचारतेस काय आणखी? प्रत्येक घरात दोन-दोन गड्डे द्यायला सांगितलेत. एवढा घाम गाळून माल काढलाय, निदान गाव तरी खाऊन तृप्त होऊ दे!”

स्वतःशी नवल करत तिनं विचारलं,

“आणि दुसऱ्या गाडीचं काय केलंत?”

“ती लावून दिली त्या शेतकी-अधिकाऱ्याकडे. एवढा त्याच्या जिवावर आपण माल पिकवला, मग त्याला भेट द्यायला नको? एक गाडीच्या गाडी त्याच्याकडे धाडून दिली. खाऊ द्या बिचाऱ्याला! त्याच्या ज्ञानाचंच फळ आहे ते– त्याला दिसायला पाहिजेच!”

■

गोम

कंदील पुढ्यात घेऊन बाळू वाचत होता. राऊनाना त्याच्याकडं बघत सोप्याला बसला होता. नुकता रानातनं आलेला थोरला मुलगा तुकाही बाहेर जोत्यावरच टेकला होता. म्हातारी आत तव्यावर भाकरी टाकत होती आणि बाहेरनं हळी आली–

"कोण कोण बसलाय गा?"

गडबडीनं एक पिचकारी टाकून तुका म्हणाला,

"हाय की सगळी, बसलोय."

पोत्याच्या थप्पीला पाठ लावून दोन पायांवर बसलेल्या राऊनानानं बाळूवरची नजर वळवून तुकाकडं बघत विचारलं,

"कोण रे?"

"इष्णू हो."

"हरितात्याचा?"

"व्हय."

मान हलवत राऊनाना म्हणाला,

"मग ये म्हणावं की आत. भाईरच का थांबलाय?"

"येतोय की. आतच या लागलाय."

विष्णू आत आला आणि चौकातनंच विचारलं,

"कवा आलास रानातनं?"

"आता आलोय मगाशी."

"आबा काय कराय लागल्यात?"

हात करून दाखवत तुका म्हणाला, "हे काय बसल्यात न्हवं."

विष्णू जोता चढून वर गेला आणि राऊनानाकडं बघत म्हणाला, "काय, जेवणं झाली?"

"बस जेनावर." असं म्हणून राऊनाना बोलला, "जेवणं कुठली? आता

तुका आलाय. धारा काढल्या. . . आता भाकरी चालल्यात. . .जेऊन आलास?''

शेजारी जेनावर बसत विष्णू म्हणाला,

''व्हय, जेऊनच भाईर पडलो.''

''हंऽऽ काय म्हणतंय रान?'' असं राऊनानानं विचारलं आणि विष्णू वर तोंडाकडं बघत बोलला, ''रानाचं काय इचारता? बसगड्याला गेलतो जरा.''

म्हातारा दचकला. बसगड्याचं नाव ऐकून तुकाही विष्णूच्या तोंडाकडं बघत राहिला आणि विष्णू खाली बघत म्हणाला, ''जरा पावण्याकडं गेलतो.''

राऊनानानं तोंडाकडं बघत विचारलं,

''आमची पारू आढळली होती?''

''व्हय. मी आल्यालं कळून मुद्दाम घरला आली होती.''

''मग कशी काय हाय?''

''हाय, बरी हाय की.'' असं कचवचत म्हणून विष्णूनं तोंड वर केलं आणि आढ्याकडं बघत म्हटलं, ''कशाचं बरं आणि काय?''

राऊनानाच्या काळजात धस्स झालं. तोंड पसरून तो बघत राहिला आणि विष्णू बोलला,

''पारुअक्कानं एक सांगावा दिलाय बघा.''

''काय?''

''आणि काय असणार? जुनंच पुराण की! पुन्ना भाद्दर लई हाणामारी कराया लागलाय म्हणं. जाऊन एकदा काय तरी बघून या जावा.''

''आता काय जाऊन बघून याचं, बाबा?'' असं म्हणून राऊनाना गपगार बसून राहिला. तुकाही तोंडात गुळणी धरून गप्पच बसला आणि चुलीपुढनं उठून बाहेर आलेली म्हातारी विष्णूकडं बघत म्हणाली,

''काय सांगावा घेऊन आलायंस बसगड्याचा?''

''पारुअक्का भेटली होती.''

''मग?''

''मग काय, सरळ नांदवाय कुठं लागल्यात तिला!''

एवढं ऐकून म्हातारी मट्टकन् खाली बसली आणि विष्णू सांगू लागला, ''उगंच डोळं झाकून गप बसू नका. लई हाणामारी कराय लागल्यात म्हणं. ती सासू, एक एकाचं दोन करून सांगती आणि दाल्ला एक तसला भेटलाय!''

''मग आता काय करावं तरी काय, बाबा?''

''काय करायचं? जाऊन जरा सांगून सवरून याचं. काय तरी बघाय नको?''

''आता काय बघायचं, इष्णू.'' असं म्हणून म्हातारा तोंडाकडं बघत

राहिला आणि खॅस मारून म्हातारीच म्हणाली, "काय बघायचं, काय बघायचं, म्हणून नुसतं घरात बसून कसं भागंल? जाऊन काय तरी मिटवून याला नको?"

"मिटीव आता!" असं म्हणून राऊनाना सांगू लागला, "कितीदा जाऊन याचं? लगीन झाल्यापासनं हे गाणं सुरूच हाय की! काय त्यांच्या घरात जाऊन सारखं पायच धरून बसू त्यांचं?"

"मग आता पोरगी त्यांच्या पदरात टाकलीया तर पाय धरायला नकोत? असं इवळून कसं भागंल?"

म्हातारीकडं काणाडोळा करून राऊनाना सांगू लागला,

"त्याचं असं हाय, इष्णू– लेक म्हणून आपलं आतडं वड खातंय हे खरं, पर सांगायचं कुणाला? जावयाला सांगावं तर ते कवा सुद्दीत नसतंय."

मान हलवून विष्णू म्हणाला, "व्हय, तेबी ऐकलंय."

"ऐकलंय आणि काय? हातभट्टी चालूच हायकी! कवा बी बोला, बोबडंच बोलतंय. ते सदा तराकल्यागत करतंय आणि काय सांगायचं त्याला! आणि सांगून काय अशी माणसं ऐकत्यात व्हय?"

"कसं बोल्लास!"

म्हातारीनं हाडसून विचारलं, "अहो, पर डोळं झाकून गप्पच कसं बसायचं! का ऐकत न्हाई बघायला नको?"

म्हातारा तावानं बोलला, "आता काय बघायचं आणि काय करायचं ते इचार त्या हुच्च् गलगल्याला! त्यानंच भूल पाडून पोरगी द्याला लावली न्हवं? आणि तूबी भाळलीस!"

"मग भाळू नको तर काय करू? चांगलं घर हाय, मळा हाय, एक तिथं चार जनावरं हैत, हे सगळं ऐकून पाणी सुटलं की तोंडाला."

म्हाताऱ्यानं विचारलं, "सुटलं न्हवं? वर पाश्शे रुपये हुंडा देऊन लगीन करून दिलीस न्हवं?"

"व्हय दिलं की. पाश्शे रुपये हुंडा दिला, शंभर रुपयाचा पोशाक केला. चार तोळं सोनं अंगावर घालून पोरगी दिली की. काय करायचं?"

"इच्चार त्या हुच्च गलगल्याला!"

"मग आता इचाराय नको? आमचं आप्त हैत आप्त म्हणून मागं लागला. फुडं होऊन लगीन ठरीवला. आता त्यालाच इचारायचं की."

एक उसासा टाकून विष्णू बोलला,

"त्यो गलगल्या तरी काय करणार आणि काय?"

राग येऊन म्हातारी म्हणाली, "का भूल पाडलीस म्हणून इचारायचं!

तवाच सांगायचं न्हवतं आम्हाला? का आमची पोरगी कुठं खपत नव्हती?''

''मावशी, न खपायला काय?''

''व्हय, काय गावावरनं वव्वाळून टाकली होती तिला? का नाबर होतो आम्ही?''

''नाबर का असशीला. . .''

''मग झालं तर!'' असं म्हणून तिनं तपकिरीची डबी हातात घेतली आणि टोपण उघडून खाली बघत म्हणाली– ''बाबा तुका, जा, जरा ऊठ आणि त्या हुच्च गलगल्याला हाळी मारून घेऊन ये जा.''

म्हाताऱ्यालाही कढ आला. तोही मान हलवत म्हणाला, ''म्होरं घालूनच घेऊन ये त्याला!''

''फुडं हून जसं लगीन ठरीवलंस तसं आता हो फुडं म्हणतो. आप्त हत त्यचं. . . बघू काय म्हणतोय. . .''

गलगल्याला आणायला तुका निघून गेला आणि विष्णूलाही जोर आला. तोही पाठिंबा देत म्हणाला,

''त्येलाच इचाराय पायजे.''

''पायजे का नको?''

''तर! त्यानं सांगूने आगुदर तुम्हांला?''

''तेच म्हणतो आम्हीबी. अशान् असा जरा थांग लागला असता तर त्या दारुड्याच्या गळ्यात आम्ही आमची लेक बांधली असती?''

''त्यानं सांगाय पायजे हुतं.''

''का दडवावं?'' असं विचारून म्हातारा मान हालवत राहिला आणि विष्णू बोलला,

''माणूसच नालायक! नुसतं नालायक न्हाईऽऽ खुळं अधिक नालायक! उगच लोक म्हणत्यात व्हय त्येला 'हुच्च गलगल्या'?''

''हुच्च का असतोय?'' असं विचारून म्हातारी म्हणाली– ''लई बेरकी हाय की! सगळा फसुनकीचा धंदा करत हिंडतंय. . .''

''तसा इदर कल्याणीच हाय हो त्यो! पर जागा बघून तर फसवायचं?''

''का आम्हाला फशी पाडलं असंल बघ बाबा? चांगलं धोतार धरून इचाराया नको त्याला?''

''धोतार?'' असं विचारून म्हातारा बोलला,

''चांगला जोडा घेऊन इचाराय पायजे!''

लगेच म्हातारी म्हणाली– ''मग आता आल्यावर इचारा की! इतकिंदी एक गप बसलाय ते बसलाय, निदानला आता तर इचारा.''

तंवर दारात पावलं वाजली आणि गालफाडं बसलेला बोळक्या तोंडाचा गलगल्या ठुमकत आल्यागत अंग हलवत आत आला आणि आवाज काढून म्हातारा म्हणाला– "आलास गलगल्या? बस खाली."

जेनावर बसायचं ते गलगल्या जोत्यावरच बसला आणि तोंडाकडं न बघता बाहेर बघत त्यानं विचारलं– "का लई तातडीनं बोलावणं धाडलं?"

नजर रोखून म्हातारा म्हणाला–

"तोंड आम्हाकडं करून इचार की."

गलगल्या दचकला आणि आपसुक मान वळवून तोंडाकडं बघत राहिला. खॅस मारून म्हातारीनंच म्हटलं, "बाबा गलगल्या, आमची पोरगी काय जगावरनं वव्वाळून टाकली होती म्हणून तसलं न मिळणारं पावनं गाठून दिलंस. व्हय?"

"काय झालं?"

"बघा बघा!" असं म्हणून म्हातारा एक हात वर करून म्हणाला, "ह्यला हुच्च म्हणत्यात ते काय खोटं हाय? ए ऽ ऽ हुच्चा! फुडं हून लगीन जमवून दिलंयस. आता कसं निस्तरायचं हे सांग."

खिंडीत सापडल्यागत गलगल्या घाबरा झाला आणि तोंडाकडं बघत गप्पच राहिला. दबा धरल्यागत सगळेच त्याच्याकडे बघत राहिले आणि विष्णूच म्हणाला, "बाबा गलगल्या, पारुअक्काची काय धडगत हाय तिथं? लई हाणामारी चाल्लीयाकी."

"एवढी फोड करून काय सांगाय लागलाईस त्याला? व्हय इष्णू, काय खुळा हैस तू बी? दोनदा-तीनदा ह्यालाच संग घेऊन गेलतो की."

म्हातारी म्हणाली, "आणि ते आप्तच हैतकी ह्याचं! चांगलं म्हायती असतापकीच आम्हाला फशी पाडलं की ह्यानं!"

"फशी!" असं म्हणून म्हातारा तळमळल्यागत बोलला, "काळजावर निखारा ठेवून मोकळा झालाय!"

धीर करून गलगल्यानं विचारलं,

"मोकळा झालाय म्हणजे काय?"

"तर काय तुला धग लागती? तुला चटकं बसत्यात? लगीन जुळवून तू झालास मोकळा आणि आमची ध्याई धुपाया लागलीया."

म्हातारी हात नाचवून म्हणाली, "डोंब उसाळलंय रं बाबा गलगल्या! माझी एकुलती एक लेक त्या खाईत जाऊन पडली आणि हिकडं टाचा घासत बसलोय! अरे, किती हात घासावा तुझ्या नावानं? किती बोटं मोडावीत?"

"मला सराप देता व्हय?"

"थोर तोंडानं आणि इचारतोय काय वर?"

खेटरानं मारल्यागत तोंड काळं ठिक्कर करून गलगल्या गप बसून राहिला. आणि म्हातारा म्हणाला,

"तुला आम्ही सराप द्यायचं काय काराण? फुडं होऊन जसं लगीन जुळीवलयंस तसं सरळ नांदवायला तेवढं लाव म्हंजे झालं."

"एकदा सोडून दोन तीनदा जाऊन सांगून आलो न्हाई? तुमच्या फुडंच त्यास्नी झाडलं न्हाई? त्यांची काय बाकी ठेवली?"

"बाकी ठेव, न्हाई तर ठेवू नको." असं म्हणून म्हातारा बोलला, "ते सरळ गुण्यागोविंदानं नांदीवलं तर बरं; न्हाई तर तुला मधी जामीन धरणार बघ आम्ही!"

"जामीन?"

"मग?"

"म्हंजे लगीन जुळवून दिलं ह्यो गुन्ना केला म्हणा?"

"म्हणा काय– चांगला दारुडा गाठून दिलाईस ह्यो गुन्ना, का गुन्न्याचा आज्जा?"

राऊनानाचा एकदम आवाज चढला तसा गलगल्या हादरला. खाली आपल्या पायाकडं बघत पुटपुटला–

"अशान् असं म्हणून मला तरी काय सपान पडलं होतं, का म्हाईत होतं, का कळून सवरून तुम्हाला फशीवलं. . ."

"फशीवलं आणि कसलं, चांगलं डब पाडलं की."

तोंड वर करून तो चाचरत म्हणाला,

"हे अशानं असं होईल हे मला तरी काय दक्कल हो!"

लांब बसलेली म्हातारी रांगत रांगत जवळ आली आणि त्याच्या अंगावरचा सदरा ओढून म्हणाली, "दक्कल न्हवतं म्हणायला काय वाटत न्हाई तुला? तुझं आप्तच हैत न्हवं ते? तुला दक्कल न्हवतं तर का तारीफ करत होतास? असं हाय तसं हाय, तसं हाय असं हाय, म्हणून आ आठवून एकेक गुण सांगत हुतास की. तुला इसार पडला का त्याचा? तू इसरला असशील पर आम्ही अजून इसारलो न्हाई!"

आणि री ओढून म्हाताराही म्हणाला, "तसा इसारणार न्हाई, बाबा! तुला वाटत असंल हे काय करणार हैत! ती भ्रांत सोड."

"म्हंजे सारा माझ्यावर राग म्हणा!"

"राग! इसरू नगो, हुच्च गलगल्या, काय म्हटलं मगाशी मी? काय शबुद ऐकलास? जामीन धरलंय जामीन!"

गलगल्याच्या हातापायाला कापरा सुटला आणि तोंड कसनुसं करून तो म्हणाला, "तुम्ही जामीन धरा त्याबद्दल काय न्हाई, पर मी काय कोंच्या काय वाईट बुद्धीनं काय केलं काय. . ."

"ते काय काय कोंच्या कोंच्या असं करत बसू नगो. . . पोरगी नीट नांदवत न्हाईत ह्यला काय औशीद करायचं, हे अगुदर सांग."

"जाऊन सांगून बघायचं."

"ते एकदा सोडून तीनदा बगितलंय."

"आणि जाऊन याचं."

म्हातारा तावला आणि हात वर करून म्हणाला,

"सतरांदा हेलपाटं घालत बसायला तुझ्यागत आम्ही मोकळं हाय व्हय?"

"मग आता काय करायचं तर?"

"हे तू सांग. आम्हाला काय इचारतोस?"

"आता मी तरी काय सांगू?"

"काय सांगू!" असं म्हणून म्हातारा नजर रोखून त्याच्याकडं बघत राहिला आणि मगाधरनं न बोलता गप राहिलेला तुका भुईवर बुक्की हाणून म्हणाला, "कोण फाशी दिलं तर फुडं बघीन म्हण, पर गब्रू, तुला आता सोडणार न्हाई."

"मला धरून काय करणार हो?"

"काय करणार?" असं विचारून तुका म्हणाला, "जनावरासंग गोठ्यात दावणीला बांधीन! काय समजलास तू?"

"दावणीला बांधून माजी काय धार काढता?"

"व्हय का!" असं म्हणून तुका उठला आणि थेट त्याच्या काखेत हात घालून म्हणाला,

"चल, तुला दावतो! गोठाबी काय लांब न्हाई आणि तुबी काय हातातनं आता निसटत न्हाईस!"

म्हातारीही आवाज काढून म्हणाली,

"चांगली फुडं वैरण टाकून खायला लाव. त्याच हजरीतला हाय ह्यो!"

"कडबा टाकतो की एक पेंढीभर आणि घेतो हातात चाबूक! ऊठ!"

घाबरलेला गलगली आधाराला जोता धरून म्हणाला, "आगा खुळ्यागत असं का कराय लागलाईस?"

"मी खुळा आणि तू शाना! ए लेका, हुच्च गलगल्याऽ ऽ ऽ भनीचं वाटोळं करून ठेवलास ते ठेवलास आणि वर मला खुळा म्हणतोस?"

म्हाताराही खॅस मारून म्हणाला, "खुळा म्हंतोय? तुक्या लेका, जिभेचा शेंडा कापून हातात दे की त्याच्या! काय बघतोस त्याच्याकडं?"

पाय शिवून तो बोलला, "सोडा, सोडा, ही काय सक्रात आणलीया? पावणं न्हायलं बगलंला आणि मलाच धरून बसलाय व्हय?"

"मग कुणाला धरायचं?"

"एक गोष्ट ऐका."

"काय ऐकायचं?"

"चुकी कबूल करतो. माझीच चुकी हाय."

"हां, असं जरा बोल."

तुकानं हात सोडला. जरा धीर आल्यागत झाला. घुटका गिळल्यागत करून तो म्हणाला, "आता असं करायचं. . ."

"आम्ही काय करणार न्हाई, त्यांचं तोंड बघणार न्हाई, तूच फुडं होऊन कराय पायेजस. तुला जामीन धरलाय बघ!"

म्हाताऱ्यानं असा पुन्हा दम भरला आणि मान हलवत तो म्हणाला– "तुम्ही काही करू नका हो, मीच फुडं होऊन करतो."

"काय आमच्यावर उपकार करत न्हाईस! तूच फुडं हून केलं पायजेस. पोरगी नीट नांदविल्याशी कारान! बाकीचं घेऊन आम्हाला काय करायचं?"

धोतराच्या सोग्यानं तोंडावरचा घाम पुसत तो म्हणाला– "आम्ही त्यांची तारीफ केली नसती तर आमच्यावर तरी का शेकलं असतं? चुकीच झाली म्हणायची आमची."

आणि तुका म्हणाला, "आणि आता तुलाच निस्तराय लावतो."

"लावायचं काय त्याच्यात, मीच फुडं हून निस्तारतो की. आता हिकमत करतो बघा त्याच्याबरोबर!"

म्हातारा बोलला, "हिकमत कर न्हाईतर त्यांच्या घरात घानवट ऱ्हा जा. आमची पोरगी नांदीवल्याशी कारान बघ."

"एवढंच न्हवं?"

"मग दुसरं काय?"

"मग त्यास्नी फासात अडकीवतो हो ऽ ऽ ऽ थांबा जरा."

"थांबाबिंबायचं काय न्हाई बघ! काय करणार सांग; न्हाईतर तुला बांधतोच गोठ्यात!"

गलगल्यानं पुन्हा एकदा तोंडावरचा घाम पुसला. हिसडा देऊन मान मोडली आणि डोळा झाकून तो म्हणाला, "सांगून-सवरून, आंजारून-गोंजारून ती काय ऐकणारी माणसं न्हाई."

"ते काय आम्हांला सांगू नको."

"न्हवं, एक सांगितलं हो."

"ते काय सांगायचं-सवरायचं ते तिकडं- तुझ्या पावण्यास्नी सांग."

"त्यास्नी आता सांगत न्हाई ऽऽ ह्या हुच्च गलगल्याचं पानीच दावतो!"

म्हाताराही म्हणाला, “हां, जरा असं बोल.”

“अहो, त्याचं भलं करायला गेलो आणि हे काय हून बसलं?”

“आता तूच बघ.”

हाताचा पंजा पसरून तो म्हणाला,

“त्याला कोण आपली पोरगी द्याला तयार न्हवतं. दारुड्याला कोण देणार? त्याला पोरगी देऊन वर आणि पाश्शे रुपये हुंडा दिला आणि काय चीज केलं बघा ह्यानं!”

“बघ की तूच!”

“काय बघायचं? हातांत काय तरी जुनं-फाटकं घेऊनच जायला पायजे की!”

दात खा खाऊन तो बोलू लागला आणि सगळेच त्याचं बोलणं ऐकत राहिले. त्याच्या शिव्या ऐकण्यात गुंग होऊन गेले आणि मग भानावर आल्यागत करून राऊनानानं विचारलं,

“मग आता कसं करायचं म्हणतोस?”

“कसं? राऊनाना, डावच करायचा.”

राऊनाना म्हणाला, “आम्हाला नुसतं बोलून खूष करू नकोस. फुडं हून तू निस्ताराय पायजे.”

“व्हयच की; पर एका गोष्टीनं तुमची सम्मती घ्याय नको?”

“सम्मती कसली?”

मान पुढं झुकवून तो हळू आवाजात म्हणाला,

“त्याचं असं करायचं. . .”

“कसं?”

“एक गोम सोडायची बघा! एक इचारू?”

“इचार की.”

“तुकाचं लगीन करायला औंदा हाय तयार?”

“तुकाच्या लग्नाची काय गोष्ट काढलीस ही!” तो जरा खाकरला-खोकरला आणि पुन्हा मान पुढं झुकवून म्हणाला, “त्यांनी पोरीला नीट नांदीवल्याशी कारान न्हवं?”

“दुसरं काय तर?”

“मग तुकाचं लगीन करायला व्हा तयार.”

म्हातारा तोंडाकडे बघत म्हणाला,

“अरं, ह्यचा आणि तुकाच्या लग्नाचा काय संबंध, रं?”

“तिथंच तर मेक मारायची हो!”

“मेक मारतोस? कसली?”

हुच्च गलगल्या डोळे झाकून म्हणाला,

“त्यांच्या पायांत साप सोडतो बघा, तुम्ही न्हाई म्हणू नका. कबूल व्हा. तुकाचं लगीन करू.”

“कुणासंग? काय म्हणतोस हे?”

“तुमच्या जावयाच्या भनीबरोबर हो.”

म्हाताऱ्यानं विचारलं, “त्यांची पोरगी तुकाला करायची म्हंतोस?”

“म्हणायचं आणि काय? जसं फुडं हून ते लगीन जुळीवलं तसंच फुडं हून हेबी जुळीवतो की, ऐका माझं. . .”

“असं म्हणतोस?” असं म्हणून म्हाताऱ्यानं म्हातारीकडं बघितलं आणि म्हातारीही तोंडाकडं बघत राहिली. हुच्च गलगल्यानं जोर करीत म्हटलं, “ती सांगून ऐकणारी माणसं न्हाईत. त्यांची एक पोरगीच आपल्या घरात आणू आणि एकदा साटंलोटं झाल्यावर मग बघा. तिकडं हाणलं मारलं असं कळलं की हिकडं जुपीच करायची आपुनबी! तिकडं हात मोडला की आपुन हिकडं पाय मोडायचा! मग काटा बसंल का न्हाई त्यांचा? कशाला वाईट वागीवतील हो? गुमान नीट नांदीवत्यात बघा मग.”

थोडा विचार केल्यागत करून म्हाताऱ्यानं म्हटलं, “म्हंजे त्यांच्याबरोबर सोयरिक करायची म्हणतोस?”

“हेबा ऽ ऽ ऽ आपला पाय अडकला तर नको करायला? आपल्या लेकीच्या जिवापाई करायचं हो!”

सगळेच ह्यावर विचार करीत बसले आणि तो म्हणाला, “आपुन एका गावात ऱ्हाणार. ते तुमच्या लेकीला नीट न्हाई वागवले तर तुम्ही मला जामीन धरणार. मग हे एकदा मिटवाया पायजे का नको?”

“तर, मिटवाय पायजेच की.”

“मलाच फुडं हून कराय पायजे का नको?”

“तर मग कोण करणार?”

“जसं ते फुडं हून केलं तसंच हेबी फुडं हून कराय नको?”

“पायजे की.”

“मग काय पायजे ते करतो आणि येवढं जुळवून टाकतो. काट्यानं काटा काढाय पायजे. मग मी तुमच्या रीणातनं मोकळा झालो बघा; झालो का न्हाई?”

“असं म्हणतोस?” असं म्हणून म्हाताऱ्यानं म्हातारीकडं बघितलं आणि म्हातारी बोलली, “काय बघता? हूं म्हणा. जुळीव म्हणावं. साटंलोटं झालं म्हणजे मग बघू कशी नांदवत न्हाईत लेकीला!”

गलगल्यानं विचारलं, "मग फुडं हून जुळवू न्हवं? मागनं आणि बोलू नको."

"जुळीव."

"हुंड्याबिंड्यात मतुर काय वडून धरू नका."

"बाबा, लेकीचा जीव गुतलाय! कोण बघतोय त्या हुंड्याकडं? त्यो हुंडा घाल खड्ड्यात!"

"मग काय हरकत न्हाई. मी बी मोकळा झालो आणि तुम्ही बी मोकळं झाला."

"व्हय." असं म्हणून म्हाताऱ्यानं मान हलवली आणि तो बोलला, "तांदुळ पडुस्तंवर दम खायचा. एकदा अक्षता पडल्या म्हणजे सांगायचं-सांगायचं-पाच बोटं लावून बघ म्हणून! हं ऽ ऽ एक वादाडात दिल्यालं कळलं तर हिकडं बचाळी निकळून ठेवतो म्हणून सांगायचं ! कसं?"

"व्हय की."

तुकाचं लग्न झालं. अक्षता पडल्या आणि मांडवातच भांडणं पेटली. डाव कळला आणि खेळखंडोबा सुरू झाला! जावयानं भर मांडवातच लेकीला बडवलं आणि वर तोऱ्यात विचारलं, "आमच्या भनीला किती मारता बघू! तुम्ही दमता का मी दमतो बघू. मी असा तसा न्हाई, तऱ्हेबाज-ईर्षेबाज माणूस हाय! भनीचा जीव गेला तरी आता बेहत्तर, बघा बेहत्तर ! आठ संघ बाहत्तर न्हवं? डाव खेळता! खेळा. खेळा."

न जेवता खाता व्हराड निघून गेलं आणि रिंदीशा चेहऱ्यांनी माणसं घरात बसून राहिली. हुच्च गलगल्या समजूत घालू लागला,

"जरा दम खावा. येत्यात बघा वटणीवर! पैला इसाळा हाय त्यो! जरा झटका असायचाच! काय इचार करू नका."

एकाला चार महिने, सहा महिने दम खाऊनही झाला, काही उपयोग होईना तसा राऊनाना हादरला, आणि एक दिवस गलगल्याकडं जाऊन म्हणाला, "बाबा गलगल्या, आता कसं करायचं? सांगाव्यावर सांगावं या लागल्यात. आमच्या पोरीचा मार खाऊन पिट्टा पडाय लागलाय. परवा काय एक हातच निकळून ठेवला म्हण!"

"मग तुम्ही का हिकडं गप्प बसता?"

तोंड वाईट करून म्हातारा म्हणाला,

"तुका आपल्या बायकूला एका शब्दानं बोलू देत न्हाई; ते मारू दील?"

मुंडी हलवत तो बोलला, "पोरगं तुमच्या ताब्यात न्हाई त मग काय करायचं?"

"अरं, मारून काय कड गाठती व्हय, रं? वर्षानुवर्षे मारतच न्हायाचं. . .? चार म्हैनं, सहा म्हैनं बघितलं की. त्यांत आता पोरगंबी आमचं उलटं फिरलंय."

"मग त्याला मी काय करू? माझी मान गुतली होती; ती मी सोडवून घेतली. आता तुमचं तुम्ही बघा. मला काय इचारू नका. केलंय ते सगळं तुमच्या सम्मतीनंच झालंय. मी बोलू देणार न्हाई. काय?"

म्हातारा मान खाली घालून म्हणाला,

"तुझंबी खरंच की, तुला काय बोल द्याचा?"

"मी काय माझ्या अंगाला चिकटून घेणार न्हाई बघा." असं म्हणून त्यानं एक उदाहरण दिलं, "झाड लावलं कोंच्या बुद्धीनं? तर चांगल्या! रोपं आणून द्या म्हटला म्हणून रोपं आणून दिलं. मागच्या रीणातनं तुमच्या मुक्त झालो का? आता जी कडूवाईट फळं येतील ती चाखायचं काम तुमचं. मला काय इचारू नका."

■

खुळ्याची चावडी

सखुमावशी पाळण्याला झोके देत, भिंतीला पाठ लावून बसून राहिली होती. पाळण्याच्या दोऱ्या एका लयीत कार्रकुर्र कार्रकुर्र अशा वाजत होत्या. सखुमावशीचं चित्त काही ठिकाणावर नव्हतं. किती सांगितलं तरी दाल्ला मनावर घेत नव्हता. ''बघू दोन दिवस,'' ''बघू आणि दोन दिवस,'' असं म्हणून डोळेझाकच चालू होती. पोरगं पडून आठ रोज झाले तरी त्याचे दोन रोज काही सरत नव्हते. उगच चालढकल चालली होती आणि नावनाव पोराला जास्तच होत होतं. त्याचा ताप काही हटत नव्हता. . . काय करावं, सखुमावशीला कळत नव्हतं. रोज सकाळसांजचं ती दाल्ल्याला सांगत होती. तातोबा काही मनावरच घेत नव्हता. ''बघू दोन रोज,''असं म्हणून तो आपल्या उद्योगातच मग्न होता. रात्रीतनं पोराला जास्त झालं होतं. चुलीतल्या रसक्यागत अंग सारखं भाजत होतं. सकाळ झाली, तरी ताप उतरत नव्हता. बिचारी सखुमावशी सगळं काम सोडून पाळणा हलवत बसली होती. काय करणार?

तातोबाला मात्र त्याची काळजी नव्हती. काही दिवस उगवायला सोप्याच्या तोंडाच्या फळ्या उघडून त्यानं आपली गिरणी सुरू केली होती. खुशाल पट्टा चढवून तो आपल्या कामाला लागला होता. पाक्पाक् पाक्पाक् गिरणी वाजत होती. सोपा दणाणत होता आणि घर सगळं हादरत होतं. दळणाला आलेल्या बायाबापड्या, ओळीनं फळीवर डबे ठेवून कलकलत होत्या. त्याही विनाकारण वलावला आपलं तोंड वाजवत होत्या. 'जुंधळ्यावर गहू घालू नको,' 'पीट मोटं या लागलंय् बघ' अशा आरडून सूचना करत होत्या. माप चुकत होतं. पैशाच्या हिशेबात गोंधळ उडत होता. सगळ्यांनी मिळून तातोबाला येडगटून टाकलं होतं आणि तातोबा अधनंमधनं त्यांच्यावर ख्यास मारत गिरणीवर उभा राहिला होता. एक शाळा भरल्यागत झाली होती आणि पोरं मास्तरला ऐकत नव्हती! डोकं पिकून गेलं होतं आणि केस पांढरे झाले होते. काळा तातोबा पांढराफेक दिसत होता. आपल्या कामात दंग होता. सखुमावशीलाच राहवलं नाही. पाळणा

हलवायचा बंद करून ती उठली. एकवार पोराकडं नीट निरखून बघितलं. पोरगं नुसतं निपचित पडून होतं. हां नाही आणि हूंही नाही! धाप लागल्यागत छाती तेवढी सारखी वरखाली होत होती. नाकपुड्या हलत होत्या. सखुमावशीनं पोटाला हात लावून बघितलं. तापलेल्या तव्यागत पोट चटका मारत होतं. अंग सगळं धगधगत होतं. तिनं नीट अंगावर पांघरूण घातलं आणि तिला झीट आल्यागतच झाली. एकाएकी तिचा पारा चढला. त्याच तावात ती लगालगा सोप्याला गेली आणि ख्यास मारून म्हणाली, "आता काय म्हणू– तुमाला, बंद करा गिरणी." दहा बायकांच्या कालव्यातनं तातोबाला काही ऐकायलाच गेलं नाही. कुणाबरोबर तरी वाद घालत तो उभा राहिला होता. ख्यास मारून म्हणाला–

"आडशेरी न्हाई, दीडशेर हाय बघ."

सखुमावशी बायकांत घुसली आणि आडव्या फळीजवळ जाऊन म्हणाली–

"जळली तुमची दळणं, फुरं करा गिरणी." टिपेचा आवाज लावून ती अशी बोलली आणि तातोबाची मान वळल्याबरोबर तिनं विचारलं,

"आता तरी ऐकू आलं का न्हाई?"

"काय म्हंतीस?"

"गिरणी बंद करा हो, गिरणी बंद करा." आणि समोर बोट करून दाखवत तातोबा म्हणाला,

"हे डबं बघ डबं."

"डबं काय बघतासा?"

"दुळपं दिसंनात?"

सखुमावशीला रागच आला. आता ह्या बाबाला कसं सांगावं हे न कळून, तिनं एकाएकी एकदा सोडून दोनदा कपाळावर हात मारून घेतला आणि ती आरडून म्हणाली,

"पोरगं तापानं हुबाय लागलंय, त्याला ज्यास्त झालंय. गिरणी बंद करा. कसं सांगू तरी तुमाला?"

एवढ्या सगळ्या बायांदेखत बायको अशी कपाळ बडवून बोलली आणि डोळ्याला पदर लावून उभी राहिली, तसा तातोबाचा नाइलाज झाला. जोड्यानं मारल्यागत तोंड करून त्यानं गप आपली मान खाली घातली. चालू दळण तेवढं दळून झालं आणि मुकाट्यानं चाकावरचा पट्टा काढून त्यानं गिरण बंद केली. हिरमोड झालेल्या बायका गप डबे घेऊन जाईना झाल्या. कुणी आळवून बघू लागलं. कोण कळकळून सांगू लागलं. ह्यो काय बैदा झाला म्हणून तोही ख्यास मारू लागला. सुट्टी झाली तरी शाळा कलकलत राहिली. गप पाटीदप्तर घेऊन

पोरं जाईना झाली. पुन्हा एकवार सखुमावशीच तोंड करत बाहेर आली आणि घर सारं शांत झालं. अंगावरचं पीठ झाडत तातोबा आत आला आणि मिचमिच्या डोळ्यांनी पोराकडं बघत म्हणाला–

"काय ताप हाय व्हय?"

"दुसरं आणि काय मागून घेतासा काय?" असं विचारून बायको गप त्याच्या तोंडाकडंच बघत राहिली.

तातोबानं विचारलं–

"दुसरं काय न्हाई न्हवं?"

"अहो, तापानंच हुबाया लागलंय की हो."

"बरं मग?"

"काय तरी बघाय नको?"

"काय बघू?"

उभी राहिलेली सखुमावशी पाय मोडल्यागत मटकन खाली बसली आणि घुसळखांबाला मान टेकवून तातोबाकडं बघतच राहिली. डोक्यावरच्या केसांत बोटं फिरवत तातोबानं थोडका विचार केला. म्हटलं-आता हे काही खरं न्हवं! बायकोनं आज निराळं रूप धारण केलं होतं. जगदंबा अंगात आल्यागत झाली होती. आता अधिक-उणे बोलण्यात काही अर्थ नव्हता. झाली एवढी चालढकल रग्गड झाली असं वाटून तोच म्हणाला,

"मग का औशिद सुरू करू या म्हंतीस?"

"नको करायला?"

"बरं मग कुनाचं औशिद आणू या?"

"बघा आता कुणाचं आणता." असं म्हणून ती गप्पच बसली आणि डोकं खाजवल्यागत करून तातोबा म्हणाला–

"रामभाऊ तर हैत काय बघू काय घरात?"

झटका आल्यागत करून सखुमावशी म्हणाली–

"रामभाऊ अन् फिंभव काय बघतासा? चांगला डाक्तर बघाय पायजे."

"जवळच्या जवळ हाय म्हणून म्हंतो."

"म्हनून काय म्हंतो?" असं उसनून सखुमावशीनं कानउघडणी केली–

"त्यो कंपौंडर काय औशिद देणार! आज आट-धा रोज झालं ताप या लागलाय. कोणतर जरा कळणारा डाक्तर बघा."

मान हलवून तातोबा गुमान आत गेला. ते तोंड धुऊन बाहेर आला. अंगातलं मुंडंछाट काढून सदरा घातला आणि पायांत पायताण घालून तो बाहेर पडला.

मन हळहळत होतं... गप जवळचा रामभाऊ डॉक्टर सोडून आता दुसरा

कोण बघावा? बायकोला कंपौंडर चालत नाही, मग काय करायचं? कोण चांगला डॉक्टर बघावा? देशपांड्याकडं जावं तर दोन दिवसांत गुण येईल. पण बहाद्दर किती पैसा घेईल काय सांगता येतंय्?. . . कुणाकडं जावं, हेच नक्की होत नव्हतं. गाव खेडं असलं तरी डॉक्टरला तोटा नव्हता. बाजाराचं गाव होतं आणि आसपासची वीस गावं बाजाराला येत होती. एकाला दहापंधरा दवाखाने गावाला चालू होते. 'हेल्थ युनीट' सोडून चार एम्. बी. बी. एस्. गावात धंदा करीत होते. शिवाय दोन 'निवासी' डॉक्टर होते. होमिओपथी चालू होतं, आयुर्वेदसुद्धा होतं! डॉक्टरला तोटा नव्हता. पण तातोबाला असा डॉक्टर पाहिजे होता– आखूड शिंगी, बहुगुणी, कमी खाणारी, आणि जास्त दूध देणारी!

पेठेच्या या कडेसनं त्या कडेपर्यंत उगच तातोबानं एक चक्कर टाकली. देशपांड्यांचं 'राधाकृष्ण क्लीनिक' गच्च भरलं होतं. लक्ष्मीच्या देवळातला 'निवासी' गटाराजवळ पेशंटला उभा करून शिरंतलं इंजेक्शन देत होता आणि दहा पोरं भोवतीनं, डोंबाऱ्याचा खेळ बघत राहावा तशी उभी राहिली होती. निर्वाश्याकडं जाण्यात अर्थ नव्हता. त्याचा सुईवर दणका दांडगा होता-चौगुल्याकडं जावं तर पेशंट दवाखान्यात आणून ठेवा म्हणणार. त्यानं खाटांची व्यवस्था केली होती. आणि त्या खाटा कशा भरतील यावर त्याचं ध्यान होतं. कोण येईल त्याला खाटंवर निजवायला बघत होता आणा पोराला दवाखान्यात म्हटला आणि घेतलं दहा दिवस ठेवून आणि लावला बाळंतपणाचा खर्च तर काय करायचं? त्या खुळ्याकडं जाण्यात काही अर्थ नाही. . . अखेर तातोबानं काढला गायकवाड डॉक्टर!

सारासार विचार करून तातोबा गायकवाडच्या दवाखान्यात शिरला, तेव्हा डॉक्टरशिवाय दवाखान्यात दुसरं कुणीच नव्हतं. गायकवाड डॉक्टर डोळ्यापुढं एक पेपर धरून पेशंटचीच वाट बघत बसला होता. तातोबा पायरी चढून वर आला तसा गायकवाडला हुरूप आला. एक सिगारेट पेटवून डॉक्टरनं विचारलं, "काय होतंय?"

तातोबा म्हणाला–

"मला काय होत न्हाई. आमचं एक पोरगं जरा आजारी हाय."

"असं असं." म्हणून वेताच्या खुर्चीत बसलेल्या गायकवाड डॉक्टरनं डोळे झाकून एक झुरका घेतला आणि 'हिस्ट्री' विचारायला सुरुवात केली–

"काय काय होतंय?"

तातोबा सांगू लागला,

"डोळं झाकून निपचित पडतंय बघा. डोळाच उघडत न्हाई."

असं का व्हावं याचा जरा विचार केल्यागत करून डॉक्टरनं विचारलं–

"काय चक्करबिक्कर मारती काय?"

"काय कळायला मार्ग हाय? तोंडानं बोलत नाही हो?"

हे काम कठीण होतं! पेशंट तोंडानं बोलत नाही, नुसतं डोळे झाकून गप पडतो, एवढ्या नुसत्या लक्षणावरून काय समजावं? एक शंका येऊन डॉक्टरनं विचारलं,

"तंबाकू वगैरे काही खातं का?"

तातोबा हसून म्हणाला,

"तंबाकू कशाची खातंय हो?"

आपल्याच नादात असलेल्या डॉक्टरनं दुसरा प्रश्न केला, "बरं विडीबिडी?"

अधिक खुलासा करत तातोबा बोलला,

"दोन-अडीच वर्षांचं प्वार हाय हो!"

झाकलेले डोळे उघडून तातोबाकडं बघत डॉक्टर म्हणाले, "म्हणजे तंबाकू वगैरेचं काही व्यसन नाही म्हणा. . ."

"यसन कुटलं? फपरमिटच्या गोळ्या तेवढं खातंय बघा नुसतं."

"अस्सं." म्हणून डॉक्टर विचारात पडले. पेशंट डोळे का झाकत असावा? एकापाठोपाठ एक असे दोन-तीन झुरके ओढले, धूर आत कोंडला आणि तशातच त्यांना ठसका आला. खॉक् खॉक् करत डोळ्यांतलं पाणी पुसत डॉक्टरनं विचारलं,

"बरं काय खोकलाबिकला?"

तातोबा म्हणाला, "नुस्तं डोळं झाकून गप पडतंय हो."

"झोप जास्त आहे काय?"

आता या डॉक्टरला काय करावं, असं मनात म्हणून तातोबा बोलला,

"ताप ज्यास्त हाय हो. गुंगीत असतंय बघा सदा."

"गुंगीत असतो?"

"व्हय. निपचित पडतंयच खुडुक हून."

"अफूबिफू काही घालत नाही ना?"

तोंडाकडं बघत तातोबानंच विचारलं,

"आता अफू मिळतिया काय, डाक्तर?"

डाक्टर पेशंटचाच विचार करत बसले होते. नुसत्या सांगीवांगीच्या गोष्टीवरून नक्की आजार कळून येत नव्हता. हातातल्या सिगारेटची राख झाडत ते म्हणाले, "बघायला पाहिजे."

"काय?"

आणि मान हलवत डॉक्टर म्हणाले,

"पेशंटला बघितल्याशिवाय कळणार नाही."

तातोबा विचार करीत बसला. हा गडी आता घराकडं येणार, म्हणजे 'व्हिजीट फी' लावणार! पण त्याच्या दारात जाऊन चुकी झाली होती. तो म्हणेल त्याला 'होय' म्हणणं भाग होतं. तरी आपली अक्कल चालवून त्यानं विचारलं,

"बघायला पायजे तर मग घेऊन येऊ काय?"

मान हलवत डॉक्टर म्हणाले,

"छेः छेः, तापात पेशंटला हलवायचं नसतं."

"हलवायचं नसलं तर चला उटा बघू मग." असं म्हणून तातोबा उटून उभा राहिला. . . काय करणार? आता आलंय ते भोगायला पाहिजे! 'आखूड शिंगी' म्हणून तो गायकवाडकडं आला होता. कोणी जात नव्हतं त्याच्याकडं गेला होता, का? तर जरा पैसा वाचेल म्हणून! पण हा गडी 'व्हिजीट'ला येतो म्हणून बसला. येतो म्हटल्यावर नेणं भागच होतं.

डॉक्टरनेही आवराआवर करून बॅग भरली. भरलेली बॅग पुन्हा उघडली. मागे राहिलेली इंजेक्शनची डबीही त्यात टाकली आणि पुन्हा बॅग बंद करून डॉक्टर उठले. त्यांच्या हातातली बॅग आपल्या हातात घेऊन तातोबा पुढं झाला. दोघंही घरात आले. डॉक्टरनं पोराला तपासलं. तपासताना पोरगं ओरडू लागलं. पोरानं तोंड पसरलं आणि डॉक्टरांना पेच पडला– ह्याच्या पोटात दुखत नसंल? आणि त्यांनी एक झोपेचं इंजेक्शन दिलं. तीनतीन तासांनी घालायच्या पुड्या दिल्या. आणि उठून बाहेर पडताना ते म्हणाले,

"आत जवळ कोणी बसू नका. झोपेचं इंजेक्शन दिलंय. संध्याकाळपर्यंत जवळ कुणी जाऊच नका." एवढं सांगून डॉक्टर बाहेर पडले आणि तातोबाच्याही पथ्यावर पडल्यागत झालं! घुसळखांबाला मान टेकून बसलेल्या बायकोला तो म्हणाला,

"ऊट ग आता. बसू नको हितं."

"तर काय करू?"

"डाक्टरनं काय सांगितलं ऐकलं न्हाईस?"

"काय?"

"जवळ कुणी बसू नका म्हटलं न्हाई काय?" आणि असं विचारून तातोबा म्हणाला,

"जा. चुलीफुडं बसून स्वयंपाकपाणी ते काय बघ."

सखुमावशी उठली आणि मुकाट्यानं चुलीपुढं जाऊन बसली. बाकीची पोरं पाळण्याभोवती उभी होती. त्यांच्याकडे बघत तातोबा ख्यास मारून म्हणाला,

"ल्येकानू, पाळण्याभवती गपा का हुबं ऱ्हायलास? हला हितनं. कायतरी

खेळ काढून लांब बसा. जवळ जाऊ नका बघा."

गप उभी राहिलेली पोरं जागची हलली आणि खेळ काढा म्हटल्यावर टिमक्या हातात घेऊन बडवत बसली. पोरांचा दंगा सुरू झाला. आईचं ऐकेनात. बापानं सांगितल्यावर आईचं का ऐकतील? पोरं टिमक्या बडवू लागली. दिवसभर जवळ बसून राहायचं कारण नाही असं म्हटल्यावर तातोबानं सोप्याच्या फळ्या पुन्हा उघडल्या आणि बंद केलेली गिरण नव्यानं सुरू केली. प्वॉक् प्वॉक् प्वॉक् आवाज सुरू झाला आणि काखेत डबे घेऊन बायका धावून येऊ लागल्या. घंटा झाल्यावर शाळा भरावी तसा सोपा भरून गेला. आता दिवसभर पाळण्याकडं बघायचं कारण नव्हतं. अंगात मुंडंछाट घालून तातोबा गिरणीवर उभा राहिला. सखुमावशी तरी काय बोलणार? एकदादोनदा सोप्यावर येऊन तिनं तोंड वाजवलं. तिला गप करत तातोबा म्हणाला,

"काय कळतंय तुला? गप जा आत. दिवसभर कोण जवळ जाऊ नका, म्हणून डाक्टर सांगून गेलाय न्हवं? गिरण बंद करून काय करू?"

दुपारची सुट्टी झाली तरी तातोबा पाळण्याकडं गेला नाही. बायकोलाही जाऊ दिलं नाही. पोरगं एकटंच पाळण्यात पडून राहिलं. तिसऱ्या प्रहरी तातोबानं पुन्हा आपली गिरणी सुरू केली. सखुमावशीचा जीव गप राहिला नाही. तिनं पोराच्या अंगाला हात लावून बघितलं. अंग गार गार लागत होतं! ती कावरी-बावरी झाली. घाबऱ्या घाबऱ्या बाहेर जाऊन तातोबाला म्हणाली, "एकाएकी पोराचं अंगच गार लागाया लागलंय हो!"

"अगं, ताप उतरला असंल गं."

"न्हाई हो. अंग लई गार लागतंय."

"लागू द्या. तू कशाला गेल्तीस जवळ?"

तरीही सखुमावशी म्हणाली–

"न्हाई हो, कायतरी बघाय पायजे."

"काय बघतीस खुळे?" असं म्हणून तातोबानंच ख्यास मारली–

"जवळ जाऊ नका म्हणून डॉक्टर सांगून गेलाय आणि तीनतीनदा उठून पाळण्याकडं कशाला जातीस? वर आणि फाजीलपणानं मला सांगाया आलीस! डाक्टरपरास तुला जास्त कळतंय? जा आत. कायतरी काम काढून गप बस जा."

असं म्हटल्यावर ती बापडी काय बोलणार? तिची काही मतीच चालेना झाली. आणि काही सांगायला गेलं तर नवरा ऐकूनच घेईना झाला. त्याच्यापुढं तोंड उघडायची सोय राहिली नाही. काय करावं हा घोर लागला. जिवाला चुटपुट लागली. तीच मागच्या अंगानं लगालगा रामभाऊ डॉक्टरकडे गेली. दोनच घरं मध्ये होती. तोही बिचारा उठला आणि शेजारधर्माला जागून लगेच बघायला आला.

रामभाऊंनी पोराच्या अंगाला हात लावला. मन चरकलं. उगच, नाडी सापडते का बघितली. नाडी लागत नव्हती. अंग सगळं ताठ झालं होतं. पोरगं जिवंत नव्हतं! तोंड वाईट करून रामभाऊंनी सांगितलं– "मावशी, पोरगं गेलं!"

सखुमावशीनं हंबरडा फोडला. तसा तातोबा लगालगा आत आला. खच्चून ओरडून म्हणाला,

"कोण मेल्यागत असा का गळा काढलाय? गप बसतीस का नरड़ं दाबू?"

तोंडातनं आवाज काढू देईना. पोरगं गेलंय, हे सांगायची सोय राहिली नाही. रामभाऊ डॉक्टरकडे डोळे वटारून बघत तो म्हणाला–

"का आलाय कंपौंडर तुमी?"

'डॉक्टर' म्हणायचं सोडून तातोबा 'कंपाऊंडर' म्हणाला तसा रामभाऊंना राग आला. येऊन चुकी झाली होती. दोन्ही हात जोडून तो म्हणाला,

"का नाही बाबा! जातो." असं म्हणून त्यानं पाय काढला. पण त्यालाच तातोबाची कणव आली. सांगितल्याशिवाय जीव राहवेना, म्हणून मागे फिरत तो बोलला,

"पोर गेलंय. त्याचं पुढचं बघा."

तातोबा तरबत्तर झाला. गारगार डोळे फिरवून म्हणाला, "झोपंचं इंजेक्शन दिलंय बाबा! काय कळतं का? इचार न्हाई पाचार न्हाई, आपली उचल्ली जीभ लावली टाळ्याला! जावा गप."

रामभाऊ कशाला राहील? तो निघून गेला. बायकोही गप बसून राहिली. तिला रडायची पंचायत झाली! कुणाच्या तोंडातनं तो आवाजच येऊ देईना झाला. सगळं चिडीचिप झालं! तातोबा उठून बाहेर गेला आणि त़्यानं पुन्हा गिरणी सुरू केली.

सखुमावशीचा जीव तिला गप राहू देईना झाला. बिचारी उठली आणि शेजारच्या म्हातारीकडं गेली. सगळ्या शेजारणी-पाजारणी गोळा झाल्या! सगळ्यांनी एकच कौल दिला. पोर गेलं होतं याची खात्री होऊन चुकली. पण तसं तातोबाला सांगायची खोटी होऊन बसली होती! सखुमावशीला काही धीर होत नव्हता. तशी एक शेजारची म्हातारीच उठली आणि रागारागानं हात हलवत बाहेर गेली. किनऱ्या आवाजात म्हणाली,

"अरं तुजा मुडदा बशिवला! गिरणी बंद कर माज्या हांट्या! पोरगं गेलंय न्हवं."

"गेल्यालं न्हाई आज्जी, ते त्याला झोपंचं इंजेक्शन दिलंय इंजेक्शन!"

"काळझोप लागलीया रे, माज्या सुडक्या." असं म्हणून म्हातारीनं चांगलाच

ताव काढला. तशी, गिरणी बंद करणं त्याला भाग पडलं.

बघायला म्हणून तातोबा आत आला. तर पाळण्याभोवती नुसती बायकांची मिठी पडली होती. बायको डोळ्याला पदर लावून रडत बसली होती. त्यानं ही सगळी गर्दी बघितली आणि त्याला रागच आला. आधीच, चालू गिरणी बंद करावी लागली याचा त्याला संताप आला होता. पाक सगळ्या बायकांना खुळ्यात काढून तो म्हणाला,

"डाक्टरपरास तुमी लई शान्या व्हय? त्यला हवा सोडा, हवा सोडा."

"कशाची हवा सोडतोस?"

"उटा. बाजूला व्हा. वारा लागू द्या. . . वारा." कुणीतरी कायतरी त्याला बोलायला गेलं आणि भाडकन तोंडातनं शिवी काढून तो म्हणाला,

"कशाला जमल्यात यवड्या सगळ्या साळकाया म्हाळकाया? घरात काय कामं न्हाईत व्हय ह्यास्नी? का देवाला सोडल्यात?" असं म्हटल्यावर, जमलेला सगळा गोतावळा उठून गेला. . . कोण राहणार?

तिन्हीसांज झाली. कडुसं पडलं. पोरगं काही जागं झालं नाही. जसा अंधार पडला तशी तातोबाला चुटचुट लागू लागली. पोर अजून का जागं होऊ ने, हा त्याला घोर लागला. त्याच्याही मनात शंका आली. बायको बिचारी नवऱ्याच्या धाकानं एक कोपरा धरून बसली होती. मनातली शंका बोलून दाखवायची त्यालाही पंचायत झाली. त्यानं उगच जरा अंदाज घेतला आणि मग न सांगता सवरता तो मुकाट्यानं आपला बाहेर पडला. जवळच्या जवळ, तिथंच रामभाऊ डॉक्टरांच्याकडे गेला. मान खाली घालून गप्पच उभा राहिला. रामभाऊंनीच विचारलं,

"काय तातोबा?"

तातोबानं मान वर केली. जीव घाबरा झाला होता. खुळ्यागत तोंड पसरून तो म्हणाला–

"रामभाऊ."

"काय?"

"त्ये न्हवं आणि एकदा घरला येऊन बघून जातासा काय?"

"बघून काय करू?"

"न्हवं म्हंजे आणि एकदा बघून, मेलाय काय सांगून जावा की. . ."

■

भुजंग

दुपारची मोट थांबली तशी जनाई उसाच्या फडातनं बाहेर आली. पाण्याची दारं मोडून मोडून कंबर धरली होती. पाल्यानं कापलेलं अंग सारं भगभगत होतं. केव्हा घरात जाऊन पडीन असं तिला झालं होतं. पण थेट वस्तीवर न जाता वाट वाकडी करून ती शेंगांच्या वावरात शिरली. आज सोमवार. दोन वेल उपटून घ्यावेत. पोरंही चार शेंगा खातील आणि आपल्याही पोटाला जरा आधार होईल म्हणून लगालगा ती शेंगांच्या वावरात आली. भुलल्यागत बघत उभी राहिली. गॅसबत्तीच्या प्रकाशात हिरवागार शालू झागमाग करावा तसं ते वावर चमकत होतं. वर ऊन असलं तरी खाली गार वाटत होतं. शेंगांना आलेली पिवळी फुलं वेलबुट्टीगत दिसत होती. हिरव्या-पिवळ्या रेशमी धाग्यांचा एक रुमालच खाली विणला होता. रात्रंदिवस घाम ढाळून आपल्या हातांनी काढलेल्या त्या कशिद्याकडं बघत जनाई थोडा वेळ उभी राहिली आणि एकाएकी एक विमान चालल्याचा आवाज कानांवर येऊ लागला. भर दुपारची वेळ आणि रौं रौं रौं असा आवाज कानांवर येऊ लागला. ''अगबाई, विमान!'' म्हणून तिनं वर बघितलं. पण वर काहीच नव्हतं. नुसतं कोरडं आभाळ पसरलं होतं.

निळंभोर आभाळ. चिटपाखरूसुद्धा नव्हतं, आणि रौं रौं रौं असा आवाज तेवढा कानांवर येत होता. कुठनं आवाज येतोय हे कळेना आणि झेंडू फुटल्यागत झाला. उभं राहायला नको म्हणून गडबडीनं वेल उपटायला ती खाली वाकली आणि विमान समोरनं अंगावर आल्याचा भास झाला. खाली केलेली मान वर करून बघती, तर समोरच्या चार काकराचे वेल उलथेपालथे होत होते. भुईमुगाच्या आऱ्या वर उचलत होत्या आणि पायांखालची जमीन हादरा देत होती. रौं रौं रौं असा आवाज जवळ येत होता आणि डोळ्यांनी बघितलं– काळ्या ठिपक्यांची एक चार वाव तुळी अंगावर धावून येत होती. ''अगबाई, साप!'' म्हणून जनाई झटक्यानं मागं फिरली आणि जमिनीला पाय न टेकता एक वारं सुटावं तशी पळत सुटली. मागं न बघता थेट वस्तीवर येऊन थडकली. धाबं दणाणून गेलं

होतं. तिच्या जिवात जीव नव्हता. पोटात घाबरा पडला होता. अंग सारं घामानं थबथबलं होतं. तोंडावाटे शब्द फुटत नव्हता. वाचाच गेल्यागत झाली होती आणि हात-पाय थरथरत होते. ऊर धाडधाड करीत होता. वस्ती कशी गाठली हेच तिला समजत नव्हतं. वस्ती गाठली हे तरी खरं का, म्हणून डोळ्यांनी ती भोवतीभर बघत होती, मनाची खात्री करून घेत होती. आजूबाजूचे सारे भाऊबंद गोळा होऊन येत होते.

बघता बघता सारी वस्ती गोळा होऊन आली. कालवा उडाला. "काय झालं, आए?" म्हणून पोरं पदराला धरून विचारू लागली. जमा झालेली सारी माणसं तोंडाकडे बघत राहिली. आता काय सांगायचं? ऊर अजून धडधडत होता. कानांतला आवाज जात नव्हता. काही बोलणंच सुदरत नव्हतं आणि कसं सांगायचं? तोवर चुलत सासराही उठून आला आणि विचारू लागला,

"काय झालं, जना? उनाची अशी आरडत का पळत आलीस?"

धाप लागलेला ऊर तिला धड बोलू देत नव्हता. घडला प्रसंग कसाबसा तिनं वर्णन केला आणि लोकांच्या तोंडाकडं बघत ती गप्पच बसून राहिली. ते ऐकून सारी वस्तीच भ्याल्यागत झाली. भ्याच पडलं. आपल्या रानात एक भुजंग आहे– पंधरा-वीस एकर रान हिंडतोय, असं आपल्या वाडवडलांच्याकडून भाऊबंदांनीही ऐकलं होतं. ऐकून सगळ्यांना माहीत होतं, पण गेल्या दहा वर्षांत त्याचं नाव कधी निघालं नव्हतं. कधी कुणाची गाठभेट नव्हती. एकदा-दोनदा त्याची कात तेवढी रानात आढळली होती. त्यावर त्याचा कधी दूम नव्हता. कैक वर्षं त्याचा विसर पडल्यागतच झाला होता. त्यावर आज जनाईला दर्शन दिलं होतं. वस्ती सारी चपापल्यागत झाली होती. जनाईच्या पोटात तर खड्डाच पडला. गोळा झालेले भाऊबंद निघून गेले आणि ऐकलेला आवाज कानांत घुमत राहिला. एक विमान सारखं फिरत राहिलं. . .

ना अन्न, ना पाणी. विचार पडला. . . सुग्गी जवळ आलेली. रातध्यान रानात राबायचे हे दिवस. कसं करायचं? चांद उगवायला मोट धरली म्हणजे पाणी पाजवायला फडात शिरावं लागतं. भाद्दर फडात गाठ पडला तर काय करायचं? दारं मोडताना अकांचित समोर उभा राहिला तर कसं करायचं? आता शेंगा काढायच्या, जुंधळा कापायचा. कसं रात्रीचं खळ्यावर वस्ती राह्यचं? धाकली पोरं रानातनं हिंडायची-सवरायची. कुठं आडवा आला तर कसं व्हायचं? . . . देवा, कसं होईल माझं? जनाईला घोर पडला.

नवरा एक खुळा गाठ पडलेला– बिनकामाचा. कच्चीबच्ची चार पोरं देवानं पदरात बांधलेली. त्या नवऱ्यासंगं झडती द्यावी, पोरांचा सांभाळ करावा, रानात राबावं, शेतं पिकवावीत, का आता ही काळजी करावी? कसा पाय

टाकायचा रानात? बसेल तिथं बसेल आणि पडेल तिथं पडेल, असा नवरा भेटला. 'बाबा, का बसलाईस?' म्हणून विचारायची सोय नाही. 'ओ नाम्या आणि सांगकाम्या' असता तरी बरं झालं असतं. 'बाबा, जरा सोबतीला तरी चल' असं म्हटलं असतं. आता एकटं कसं रान सांभाळायचं, कशी सुग्गी बडवायची, कसा घरप्रपंच चालवायचा आणि कशी पोरं जगवायची? जनाई महासंकटात पडली. विचार येऊ लागला... नवरा बुद्धीनं धड असता तर का अशी पाळी आली असती? दोघं मिळून रातध्यान राबलो असतो. मग भ्याचं काय काम होतं? फेऱ्यात सापडलेली जनाई विचारात पडली होती. पोरांची तोंडं चिमणीगत झाली होती.

आणि खुळा नवरा घुम्यागत आत आला. एक नाही. दोन नाही, 'बाई, तू का गप पडलीस?' असं विचारणं नाही, पुसणं नाही. तो मुक्यानंच आत आला आणि भाकरीची बुट्टी तेवढी रिकामी करून बाहेर पडला. अंगणात जाऊन खुशाल बसून राहिला. पोट भरल्यावर रवंथ करीत बसावं तसा बसून राहिला. पडल्या जागेसनं जनाई बघत राहिली आणि तिडीक आल्यागत मनात कळवळली. . . जेवायचं तेवढं कसं कळतंय? देवानं येवढी बुद्ध कशी दिलीया? त्यात चूक होत न्हाई बापड्याची? एक दिस तरी चुकायचा होता. टाचकं पडलं तर आणि अंगावर धावून येतोय. कसं करावं?. . . हातचं उसं करून कलंडलेली जनाई चटशिरी उठली आणि आत भाकरीच्या बुट्टीकडं गेली. एक चतकोर भाकरी त्यात शिल्लक नव्हती. कोरड्यास सारं चाटून-पुसून संपवलेलं होतं. जनाईचं आतडं पिळवटून आलं. आता तिसऱ्या प्रहरी पोरं काय खातील? एकट्यानं खायचं आणि बाकीच्यांनी उपाशी मरायचं? देवानं ह्याला एवढी खाद कशी लावली? ह्याच्या पोटात ही कसली आग पडली?. . . हातात रिकामी बुट्टी धरून तिनं लेकीला विचारलं,

"बाई, तुम्ही जेवून किती भाकऱ्या होत्या ग बुट्टीत?''

"काय तरी बारा-चौदा असतील की. रात्रीच्याबी सकाळीच करून ठेवल्या होत्या.''

"अग, ह्यात कायच शिल्लक न्हाई की.''

लेक जवळ येऊन उभी राहिली आणि बुट्टीकडे बघत म्हणाली, "मग अप्पानं खाल्ल्या जनू.''

"त्योच गिळायला बसलाय, बाईऽ! त्यानंच खाऊन टाकल्या! कुठलं धान्य आणावं आणि आता कसं करावं? ह्या असल्या खादीला आता करू तरी काय?''

असं म्हणत ती कपाळ धरून खाली बसली आणि तिची लेकही पुढ्यात

बसून म्हणाली, "आणि आएऽऽ, तू उसाला पानी पाजायला गेल्यावर एक मापटंभर तुरीच वट्यात घेऊन खाल्ल्या बघ."

"मापटंभर तुरी खाल्ल्या?"

"नुसत्या तुरी काडकाड फोडून खाल्ल्या बघ."

"आता काय करावं ग ह्या भोगाला?"

असं म्हणून बसलेली जनाई उठली आणि रागारागानं एक खुरपं घेऊन पुन्हा शेतात गेली. सोमवारचा दिवस होता. पोटात काही अन्न नव्हतं. काही खाल्ली नव्हती, प्याली नव्हती. बापडी उपाशीतापाशीच रानात गेली. जोंधळ्याच्या रानात जाऊन वैरण करत बसली. केल्याशिवाय निर्वा नव्हता. कोण वैरण आणून देणार? आणि वैरण घातली तर म्हशी धारा काढू देणार! केल्याशिवाय गत्यंतरच नव्हतं. रागाची भूल पडून दुपारचा विसर पडला होता. हातात खुरपं खेळवीत ती पुढं निघाली होती. एकाएकी विमानाचा आवाज कानावर आला. जनाई बाहेर पळत आली. हात-पाय लटलटत होते, ऊर धडधडत होता. हातातलं खुरपं टाकूनच ती बाहेर आली होती. मनात विचार आला– वाऱ्यानं जुंधळा वाजत असंल. ती कान देऊन सावचित्तानं ऐकत राहिली. घों घों वारा सुटला होता. जोंधळ्याची धाटं अंगात पीर संचारल्यागत डोलत होती. जरा वेळ बांधालाच उभं राहून तिनं पारख केली आणि का भ्यायचं म्हणून ती पुन्हा जोंधळ्यात शिरली. खुरप्याच्या मागानं आत जाऊ लागली. पडलेलं खुरपं दिसलं आणि ती उभी राहिली. दोन्ही हात जोडून म्हणाली,

"बाबा भगवाना, तारणारा तूच, मारणारा तूच. हो तर तार, न्हाई तर मार. लई झट्याझोंब्या खाऊन प्रपंच चालविलाय– तू आणि जीव खाऊ नकोस. दाल्ला एक असला गाठ पडलाय, मग मला केल्याशिवाय निर्वा हाय? हे बघ, येत्या अवसंला तुझ्या नावानं नारळ वाडीवतो. त्यात गप हो!"

येवढं सांगून ती खाली बसली. हातात खुरपं घेतलं आणि जीव घट्ट करून कामाला लागली. धरलेला आरा सोडायचा नाही ह्या इराद्यानंच ती खाली बसली आणि दिवसाबरोबर कड लावूनच उठली.

वैरण घेऊन येईतोवर लेक आणि पोरं जनाईची वाट बघत बसली होती. काय होतंय आणि काय नाही, ह्या विचारानं भिऊन गाबागाब होऊन गेली होती. आई रानात गेली होती हे खरं. . . आधीच वेळ फिरलेली, काय सांगता येतंय? आईला बघून पोरांना बरं वाटलं आणि लेकरांना पाहून आईला बरं वाटलं.

जनाई आली. डोक्यावरच्या वैरणीचा भारा टाकून उस्स करून खाली बसली. पोरं भोवतीनं गोळा झाली. लेकही येऊन जवळ बसली. जनाबाईनं लेकीला विचारलं, "सुसे, चूलबिल काय पेटीवलियास का न्हाई ग अजून?

काय करून ठेवलंयस का न्हाई?''

कपाळावर आठ्या घालून लेक बोलली, ''काय करून ठेवायचं?''

जनाई कळवळून म्हणाली, ''अग, सुसे, सोमार की ग माझा आज. दुपारी ते तसं झालं. पोटात अन्न न्हाई ते जाऊन रानात बसलो होतो. काय तरी करून ठेवलं असतंस तर आल्याबरोबर आता सोमार सोडला नसता? आता आणि कवा करायचं ग?''

आणखी थोड्या आठ्या घालून लेक सांगू लागली, ''मी तरी काय करू? चपात्या कराव्यात म्हणून कनीक भिजवून ठेवली तर कनकेचा सगळा गोळाच उचलून भाईर न्हेला आणि बसून सारी कनीकच खाऊन टाकली की!''

न बोलता जनाई लेकीच्या तोंडाकडं बघत राहिली. आता काय बोलायचं आणि काय ऐकायचं? कसला वाडाचार न लावता ती उठली. आपल्या काळजीतच बाहेर गेली. ताजी आणलेली वैरण सोडली. मूठभर दावणीत विसकटली. मग आत जाऊन हात-पाय धुतले. चुळा भरल्या. पोटाला आधार मिळावा म्हणून घटाघटा आधी तांब्याभर पाणी ढोसलं. त्यातलंच जरा थंड पाणी डोळ्याला लावलं आणि एक मूठभर कळणा म्हशीपुढं ठेवून ती लगेच धार काढायला बसली. धार काढून झाली आणि अवचित बोक्यानं येऊन घात करावा तसा अंगणात बसलेला नवरा आडवा येऊन उभा राहिला. भरलेली दुधाची कासंडी त्यानं हातातली काढून घेतली आणि एकदम तोंडालाच लावली. हात पुढं करावा तर दूध सारं भुईला सांडेल म्हणून ती गप्पच बघत राहिली. मनात बोलली, 'तू तरी काय करशील? कुनी तरी केल्यालं हाय. पे बाबा. काय करायचं?' आणि कासंडी रिकामी करून तो पुन्हा बाहेर पडला. अंगणात जाऊन बिनघोरी बसून राहिला. चूल न पेटवता जनाईही भिंतीला पाठ लावून बसून राहिली. नुसती बघत राहिली. . . एक खेळ बघत बसावा तशी! खेळच! दुसरं काय? हे देवा, काय जलम म्हणायचा हा! असलं काय कुणी केलं असंल? काय झालं म्हणायचं हे! असला कसला हा साप पायात सोडलास माझ्या?. . . आणि विमान तरंगत राहिलं. रौं रौं रौं आवाज कानात घुमू लागला.

लेकीनं विचारलं, ''आई, बसलीस का ग?''

''तर काय करू, बाई?''

''सैपाकपानी काय करायचं न्हाई?''

''लाव इस्तू त्येला!''

''सोमार की ग, आएऽ.''

''व्हय बाई. उप्पाशी पडायचं. सनावारीच त्याला जोर येतोय. काय करून तरी काय पोटात पडनार हाय?''

लेकीनं विचारलं, "मग उपाशी निजायचं?"

"टाक हाथरून."

"च्या तर एक घोटभर करून देऊ?"

"काऽऽय नको बग."

ही झाली का सोमवारची गोष्ट, आणि बघा, मंगळवारची सांज. नुकता दिवस मावळला होता. जनाई तांब्या घेऊन पाठीमागच्या वगळीला गेली होती. येता येता घराजवळच शेंडाखाली शेणाचा पू दिसला. चांगली एक पाटी भरेल एवढं शेण पडलं होतं. ते सोडून कसं यायचं? पण हातातनं आणता यायचा नाही म्हणून ती गडबडीनं वस्तीवर आली, आणि हात-पाय न धुता आधी एक पाटी घेऊन तिकडं गेली. बरं शेण गावलं म्हणून लगालगा जवळ गेली आणि खाली वाकून हात पुढं करणार एवढ्यात पू हलला. भली जंग चुंबळ उलगडावी तसं झालं. फुस फुस करत बाबा पुढं निघाला. एक खोंड निघाल्यागत उसासा टाकत चालला आणि विमान सुटलं. रौं रौं रौं आवाज कानांवर आला. पाटी तिथंच टाकून जनाई वस्तीवर येऊन हजर झाली आणि निपचित भुईला पडली.

थोडक्यात चुकामूक झाली होती. नाहीतर काय झालं असतं? आज ह्या घटकेला सगळी पोरं परदेशी होऊन बसली असती. काल दिसला नाही तवर आज. बाबा, का गाठ घ्या लागलाईस माझी? का रोज पाठ धरलीयास? चांगलं शेण धरायला म्हणून पाटी घेऊन आलो आनि तू बसलाईस! का भूल पाडलीस रं बाबा अशी? चांगलं दोनी हात फुडं करून धरणार हुतो की रं तुला! कवटाळायलाच आलो हुतो की रं, बाबा! आता कसं करू ह्या भोगाला. . . तिच्या नजरेपुढनं तो ढीग जाईना झाला आणि रौं रौं रौं आवाज कानात बसून राहिला. विमान फिरत राहिलं. हुबेहूब विमान. असला कसला आवाज काढत असंल? हे काय असलं म्हणायचं हे? बाबा, आता सकाळी पाणी पाजवायला फडात कशी शिरू मी? कशी दारं मोडू? कुणाला सोबतीला बोलवू?

जनाईच्या काळजाचं पाणी पाणी होऊन गेलं. आता कसं करायचं? का पाठ धरली असंल? एकदा सोडून दोनदा झालं. अलबत मलाच का भेटत असंल? काय झालं सवरलं तर माझी पोरं कोंच्या वाटेला लागतील? कुणाचं पाठबळ हाय का काय हाय? हा दाल्ला असला! आता काय करू? कसं करू?. . . तशीच उठली आणि कुणाजवळ न बोलता-सवरता, घडलेली गोष्ट आपल्या मनात ठेवून गप चुलीपुढं बसली. अशान् असं म्हणून बोलावं तर पोरं आणि घाबरून बसतील. ती आणि रातीइरेचं भिऊन उठाय लागली तर काय करायचं? ते आणि कुठं निस्तारत बसायचं? काय काय होतंय, काय काय नाही हे गप बघत बसायचं ठरवून ती चुलीपुढं आपल्या उद्योगाला लागली. काम तरी धड

सुधारतंय? काही सुधारेनाच झालं. चुलीवर माडगं ठेवावं म्हणून जाळ लावला आणि भाकरीसाठी पिठाचा डबा घेऊन जवळ बसली. काटवट पुढ्यात घेतल्यावर ह्याची आठवण झाली. . . देवा, असं का हे? असं का व्हाय लागलंय?. . . ती चटक्यानं खाली वाकली. दोन बोटांच्या चिमटीनं चुलीतला अंगारा उचलून हातात घेतला. कपाळाला, गळ्याला बोटं लावून तिनं चिमूट तोंडात सोडली आणि वर आढ्याकडं बघत ती पुटपुटली, ''आता नदरं पडू नगो. येत्या अमुशाला नारळ फोडतो.''

अंगारा जिभेवर विरघळला. त्याची लाळ होऊन नरड्यातनं पोटात गेली. जनाईही कामाला लागली. माडगं तयार झालं. गुमान पोरांना तेवढं वाढावं आणि मग नवऱ्याला हाक मारावी म्हणून उठली. चोरून पोरांनाच तेवढी खुणावून आत आली. बापाला न कळता पोरंही पटापट आत येऊन बसली. सकाळपासनं एक चतकोर भाकरी कुणाच्या वाटणीला आली नव्हती. सगळीच व्याकळून गेली होती. भुईचा आवाज होईल म्हणून घंगाळ अधांतरी हातात धरून गपचिप बसली होती. प्रत्येकाच्या घंगाळात जनाईनं ऊन ऊन माडगं वाढलं आणि हातानंच खुणावून म्हणाली, ''आटपा भराभरा.'' तोवर पायाचा आवाज कानावर आला आणि बाबा आत येऊन हजर झाला. सगळीच येडबडली. घंगाळ हातात धरून पोरं तोंडाकडं बघत राहिली. आत येऊन उभा राहिलेला त्यांचा बाप खाली वाकून एकेकाच्या हातातलं घंगाळ हिसकावून घेऊ लागला. जनाईच्या पोटात भडका उडाला. ध्याई सगळी पेटल्यागत झाली आणि त्याच्या धोतराला धरून ती म्हणाली, ''आधी पोरांचं घंगाळ सोड. चुलीवरचं हे सगळं माडगं तू एकटा तोंडाला लाव, पण पोरांच्या हातातलं वडून घेऊ नगो.''

कासेत हात घातल्यावर म्हशीनं पाय झाडावा तशी उभ्यानंच त्यानं एक लाथ लगावली आणि मागं न बघता पुढं बघून त्यानं घंगाळ तोंडाला लावलं. सणक्यानं मारलेली लाथ लागून जनाई मागं कलंडली आणि जेवायला बसलेली पोरं आरडत उठली. एकानं खच्चून बोंब हाणली. जनाईनं गळा काढला आणि लेक येऊन गळ्यात पडली. भाद्दर हातातलं घंगाळ काही सोडत नव्हता. पोरं अंगाला लटकत होती आणि तो ऊन ऊन माडगं न फुकता-सवरता घटाघटा पीत होता. बोंब ऐकून दोन्ही अंगाचे चुलत दीर धावून आले आणि जनाईनं त्यांचे पाय धरले. त्यांच्यापुढं पदर पसरून ती सांगू लागली,

''अण्णा, आता कसं करू हो? पोरांच्या हातातली घंगाळं वडून खाया लागलाय. आता कसा जीव जगवू ह्या लेकरांचा? एका हातानं बुट्टी उचलूने येवढ्या भाकऱ्या सकाळी बडवल्या हुत्या त्या साऱ्या एकट्यानं गप केल्या. एक चतकूर भाकरी कुनाच्या वाटणीला येऊ दिली न्हाई. आता जरा जरा माडगं

पिऊन तर माझी पोरं निजतील म्हणून हे गाडगं उतरलं, तर तेबी त्यांच्या पोटात पडू दीना झालाय. त्यांच्या हातातलं वडून घेतलं बगा. नुस्तं बगू नगा भाऊजी, दोघं-चौघजन मिळून जरा पालथा घालून तुडवा तरी ह्येला! किती झडती देऊ ह्येच्च्यासंगं आणि कसा जीव जगवू?''

धावून आलेल्या चुलत दिरांनाही कळवळा आला आणि अंगानं धडधाकट असलेला इरगोंडा हातात एक काठी घेऊन पुढं झाला. आधी त्याच्या पाठीत एक पेट्ट घालून बोलला,

''पोरांच्या हातातलं हिस्कावून घेऊन खाया लागलाईस! कसलं खूळ लागलंय बघतोच तुला!'' असं बोलून तो जनाईला म्हणाला, ''वैनी, तुम्ही आणि पोरं जेवायला बसा. काठी घेऊन मी हितं हुंबऱ्यावर बसूनच ऱ्हातो. गप ऱ्हायला तर बरं, न्हाईतर आज ह्यला इनामपट्टी न्हेऊन माती देऊनच मोकळा हुतो! ह्याचा जीवच ठेवायचा न्हाई बघा आता. घ्या, वाडून घ्या तुम्ही.''

पाठीत पेट्ट बसून तो भुईला डब पडला होता. दोन्ही हात मागं वळवून पाठीवर मनगट घासत कळवळत होता. एका टिप्पिऱ्यातच त्याची गर्दी उडाली होती. जीव सारा गोळा होऊन आल्यागत तळमळत होता. त्याला असं पडलेलं बघून जनाई म्हणाली, ''बाळानू, आटपा रं. त्याला उठाय येत न्हाई तवर जरा खाऊन घ्या. भुईचा उठला म्हंजे आनि काय तुमच्या तोंडात पडू द्याचा न्हाई.''

अन्नाला बघून कुत्र्याचा खांड धावून यावा तशी लांब पसरलेली पोरं चुलीजवळ गोळा होऊन आली. इरगोंडा हातात काठी घेऊन बसूनच होता. जनाईनं पोरांना वाढलं. लेकीला आणि आपल्यालाही वाढून घेतलं. पोरांनी एकेक भुरका मारला आणि कासावीस होऊन भुईला पडलेला गडी कशाला न जुमानता पुन्हा उठून बसला. एका डोळ्यानं जनाईकडं बघत त्यानं आपला एक हात लांब केला– वेटोळा घालून बसलेल्या नागानं भस्कन एकदम फडी काढावी तसा. वाढून घेऊन जेवायला बसलेली जनाई तोंडाकडं बघतच राहिली. एकाएकी डोळ्यांत चटणी पडल्यागत झाली. पुढ्यातलं घंगाळ तिनं बाजूला सारलं आणि डोळ्यांना पदर लावून ती बोलू लागली, ''भाऊजी, कसं अन्न तरी गिळू मी? ही असली कसली हाव सुटली असंल ह्येला?''

त्यानं लांब केलेल्या हातावर एक काठी घालून इरगोंडा म्हणाला, ''तुम्ही फुडं बघून गप जेवा, वैनी. त्यो जागचा उटला तर त्याचा आज जीवच घेतो!''

''आता कशी जेवू, भाऊजी?''

''खुळं का शानं, वैनी?'' असं म्हणून इरगोंडा डाफरून बोलला, ''गप जेवा बगू मुकाट्यानं. अशानं उप्पाशी मरून जाशीला. तुम्हास्नी काय, पोरास्नी आई मिळायची न्हाई. गप जरा खाऊन घ्या.''

त्यानं समोर बसून जुलमानं जेवायला लावलं. रात्रीपुरता सगळ्यांच्याच पोटाला आधार झाला. मग चुलीवरचं गाडगं त्याच्या स्वाधीन केलं आणि जनाई पोरांना घेऊन बाहेरच्या सोप्याला येऊन बसली. सगळी अशी बाहेर गेलेली बघून त्यानं आतनं कडीच घालून घेतली. दार बंद करून तो आत बसला आणि मग आता झोपायचं तरी कसं? मध्यानरात्र झाली तरी भाद्दरानं कडी काढली नाही. डबे एकसारखे धाडधाड वाजत राहिले. काय करतोय आणि काय नाही काही कळेना झालं. कान आत लावून बाहेर बसायची पाळी आली. दुसरे लोक सोबतीला तरी किती वेळ येऊन बसणार? मध्यानरात्र झाली तशी तीही उठून गेली. कामधामाच्या लोकांना झोप सोडून बसा तरा तरी कसं म्हणायचं? भरलेला सोपा असा रिकामा झाला आणि जनाईला एक बनात सापडल्यागत झालं. पोरांना पोटाशी धरून ती गप बसून राहिली. एकाएकी मनात एक शक आला आणि बेतानं उठून तिनंही हळूच बाहेरनं कडी लावून घेतली. काय करणार? लोक सारे झोपलेले बघून बाहेर आला आणि जिवाला काही धोका केला तर काय करायचं? पण एक काळजी सुटली आणि दुसरी लागली. . . कडी लावून आत बसलाय. त्यानं आपल्या जिवाला काय करून घेतलं तर काय करायचं? करून घ्याचं म्हटलं तर काय अवघड आहे? विळा, खुरपं, काय तरी हातात घेतलं तर जीव जायाला किती वेळ लागतो? दोर घेतला आणि वरच्या आढ्याला टांगून घेतलं. . . काय करायचं?

आणि एकाएकी आतनं दार धडकलं. अंगाचा थरकाप उडाला. पाठोपाठ आवाज आला, "आता गप बसत न्हाई! रगताची आंगुळ घालतो आंगुळ! दार उघड तू दार नुसतं. . ."

बाहेरनं कडी घातली होती म्हणून बरं. दार उघडं असतं आणि विळा घेऊन आला असता तर आडवायला आलं असतं? देवानंच शहाणपण दिलं म्हणून कडी घालायचं सुचलं. . . लोक सारे झोपलेले. दिवसभर कामानं सगळ्यांना गडद झोपा लागल्या होत्या. मध्यानरात्र उलटली होती आणि अंगात एक सैतान संचारल्यागत तो करू लागला. त्याचा हा अवतार बघून सोप्यालासुद्धा बसायचं होईना झालं. बाहेरनं कडी घातली हे खरं, पण रागाच्या तावात दार मोडून बाहेर आला तर काय करायचं? एका कडेनं सगळ्यांची मुंडकी कापली तर त्याचं काय घ्यायचं? धाडकन दार वाजलं आणि जनाई पोरांना घेऊन बाहेर पडली. लांब रानात जाऊन उभी राहिली.

रात्र सगळी किर्रर्र करत होती. वारा भणभणत होता. एवढ्यात शेंडातनं पिंगळा बोलला आणि काळीज इदळलं. अकांचित कानात बसलेला विमानाचा आवाज सुरू झाला. . . ह्या रानात झाडाझुडपातनं कुठनं आला तर काय करू?

आत घरात आसरा मिळेना आणि बाहेर जमीन थारा देईना. ही पोरं घेऊन कुठं जाऊ? अपरात्री आता कुणाच्या घरात शिरू? कुणाला उठवू? डोळे फाडून तिनं भोवतीवर बघितलं. बांधाची झाडं भुतागत दिसत होती. झाडाझुडपातनं आवाज येत होते. रात्र भरगच्च झाली होती. काळोखात काही धड दिसत नव्हतं. कर्र कर्र असा एक कुठनं तरी आवाज येत होता. पोरं सारी भिऊन गाबागाब झाली होती. कुडकुडत होती. थाडथाड दातांवर दात बडवत होते. ऊर धाडधाड करत होता. पदर आलेली लेक जवळच उभी होती. ती म्हणाली,

"आता काय करायचं ग, आए?"

"काय करायचं, बाई?" ती अशी सुस्कारली आणि अवचित नजर शेंडावर गेली. आभाळ कोसळल्यागत झालं. आणि विमान जवळ आल्यागत भास होऊ लागला. एक भूल पडल्यागत झाली. आता काय करायचं? पुन्हा गप सोप्याला जाऊन बसावं तर तीही छाती होईना झाली, आणि गप इथंच राहावं तर जमीन थारा देईना झाली. धीर करून ती खाली वाकली आणि खालच्या जमिनीची माती शिवून म्हणाली, "हे धरणीमाते, आता आम्हाला कुठं जा म्हंतीस? बाई, आता तूच पोटात घे. दुसऱ्या कुनाम्होरं पदर पसरू? हिरीत जाऊन पडलो असतो; पर ही पोरं परदेशी होतील. कुनाच्या जिवावर त्यास्नी सोडून जाऊ? बाई, तुझ्या एकटीशिवाय आता आम्हाला कुनाचा आधार न्हाई बग. . ."

आणि एक चमत्कार व्हावा तसं घडलं. बोलावणं पाठवून दिल्यागत इरगोंडा जवळ आला. दुसरे दीरही उठून अंगणात आले. वस्ती सारी जागी झाली. जवळ येऊन उभा राहिलेला इरगोंडा म्हणाला, "वैनी, असं लांब रानात जाऊन का उभा ऱ्हायलाय हो?"

"तर काय करू, भाऊजी? रगताची आंगुळ घालतो म्हणाय लागलाय न्हवं? दार मोडून भाईर आला तर काय करायचं?"

इरगोंडानं विचारलं, "मग आम्हाला उठवायचं न्हाई? धाडधाड दार वाजताना आम्ही जागं झालो. बघतो तर तुम्ही सोप्याला न्हाई."

"सोप्याला कशी बसू? आणि रातीइरेचं ही पोरं घेऊन कुनाच्या घरात शिरू? भाऊजी, इट्ट आला बगा ह्या सगळ्या जल्माचा!"

"ही रात असली आणि पोरंबाळं घेऊन असं रानात ऱ्हायलाय? काय म्हनायचं?"

"काय करू तर?"

इरगोंडा बोलला, "चला, आता आमच्या घरात एक रात काढा चला. असं करून कसं भागंल?"

"कुनाला तरास तरी द्याचा? काय एक रोजाचं हाय का दोन रोजाचं?

जन्मालाच लागलंय की आमच्या!''

"मग आता काय करायचं, वैनी? चला.''

असं म्हणून तो पुढं झाला. त्याच्या मागोमाग सगळीच पाय उचलू लागली.

कशीबशी रात्र तेवढी गेली. सकाळी उठून बघतात तर तीच तऱ्हा. आत बसलेला बाबा काही कडी काढून बाहेर येईना झाला. सगळी सकाळ ह्यात गेली. दुपार झाली. पोरं भुकेनं हडाडून गेली. चुलत दीर जेवायला या म्हणून सांगून गेले. लोकांचे उपकार तर किती घ्यायचे आणि ते कशानं फेडायचे? कुणाच्या तरी घरात जाऊन आज एक-दोन घास खाता येतील, पण रोज कोण घालील? ह्या बाबाला रोज एक लेहेर येणार. रोज कोण सांभाळणार? न जेवता-खाता जनाई पोरांना घेऊन वस्तीवरनं गावात गेली. एका वाण्याच्या दुकानात एक अडीशिरी चिरमुरं उधार घेतलं. त्यात कोळवंभर फुटाणं मिसळलं. एका झाडाखाली बसून मूठमूठभर सगळ्यांनी तोंडात टाकलं. जरा तोंड हलवायला आधार झाला आणि मग पुन्हा सगळे वस्तीवर येऊन हजर झाले. बाबा अजून आतच होता.

तिन्हीसांज झाली. कडुसं पडलं तरी दार उघडेना. तसा पुन्हा घोर पडला. कालची एक रात्र तशी काढली. आज काय करावं? आज आणि कुणाच्या घरात आसरा बघावा? हा काय उपद्रव होऊन बसला?

तिन्हीसांज टळली. अंधार पडला. दिवा तरी कशानं लावायचा? पोरांना घेऊन जनाई अंधारातच बसून राहिली. तोवर रानातली कामं आवरून दीर वस्तीवर आले. इरगोंडा आला. मलगोंडा आला. चुलत सासराही आत येऊन सोप्याला बसला. सोबत मिळाली. वेळ चालला. आता काय करावं ह्या गोष्टीचा खल सुरू झाला. कुणी म्हणालं, दार मोडून आत जाऊ या. चांगलं जाडजूड घनमुंडी दार. आपल्याच हातानं ते तरी कसं मोडायचं? आणि आत जाऊन तरी काय करायचं? त्याची लेहेर गेल्याशिवाय त्याचा उपयोग तरी काय? अखेर दिरांनी ऐकलं नाही. भली दांडगी एक ऐदान आणली. एक-दोघंजण हातांत काठ्या घेऊन उभे राहिले आणि दोघांनी मिळून ऐदानानं दार उचललं. भाद्दर हातात विळा घेऊन उभा राहिलेला. तो विळा बघूनच जनाईचं धाबं दणाणलं. आपल्या दिरांच्याच हाताला धरून मागं ओढत म्हणाली, "बाबानू, फुडं जाऊ नगा.''

"तुम्ही गपा, वैनी –'' असं म्हणून दीर पुढंच गेले. रागरंग बघून एकानं एकदम काठीचा वार हातातल्या विळ्यावर केला. विळा पडला आणि सगळ्यांनी एकदम त्याच्यावर झडपच घातली. विळा घ्यायला म्हणून तो खाली वाकला आणि वरनं माराचा पिट्टा उसळला. कुठं आवलगामी लागलं का काय झालं

कुणास ठाऊक, एकाएकी तो गपगार झाला. कसली हालचाल न करता गपच भुईला पडला. तोंड उचलून बघितलं तर काही निराळाच रागरंग दिसू लागला. तोंडात बोट घालून बघितलं तर ते आत शिरेना. बचाळीवर बचाळी गच्च बसलेली. हे काय झालं म्हणून सगळीच घाबरली. तोंडचं पाणीच पळालं. हातातल्या काठ्या टाकून कोणी पाणी आणायला पळालं, कोणी कांदा बघायला आत धावलं. सगळी धावाधाव आणि पळापळ सुरू झाली. देवा, हे काय झालं, म्हणून सगळीच येडबडली आणि तावडीत सापडलेला बोका डोळा चुकवून निसटावा तशातली गत झाली. कोण कांदा आणतंय, कोण पाणी घेऊन येतंय, तोवर तो उठला आणि डोळ्यांदेखत बाहेर निसटला. कुणाला पत्त्या नाही ते पळाला. पाठोपाठ जाऊन बघतात तोवर गुप्तही झाला. गेला गेला म्हणेतोवर नाहीसा झाला.

घर सोडून सगळी बाहेर पटली. आता कुठं म्हणून बघायचं? कुठं उसाच्या फडात शिरला, का जोंधळ्यात जाऊन बसला, का आणि कुठं गेला हे काही कळेनाच झालं. एक जत्रा भरावी तशी वस्ती सारी गजबजून गेली. चूल पेटवून बसलेल्या बायकाही बाहेर आल्या. पोरंबाळं, लेकी-सुना, म्हातारी-कोतारी सगळीच कावरीबावरी होऊन गेली. कोण ह्या अंगानं गेलं, कोण त्या अंगानं पळालं. दहा जणांनी दहा वाटा धरल्या. सगळ्या रानाला वेढा दिला. तो कशाला सापडेल? रान तुडवून सगळे दमले आणि पुन्हा सगळे वस्तीवर गोळा होऊन आले. गणगौळण संपून वग सुरू व्हावा तशातली गत झाली. वस्ती सगळी वलावला करू लागली. ह्यातच निम्मी रात्र सरली. दमले-भागलेले लोक घरात जाऊन पडू लागले. जाऊन जाऊन कुठं जाणार, थारा तरी त्याला कोण देणार, पोटाच्या आगीनं तर येईल, असा मनाला ताळा घालून जनाईसुद्धा उठून आत आली. सोप्यातनं स्वयंपाकघरात गेली. चिमणी लावून डोळ्यांनी बघत राहिली. एक दांडगी घूस लागावी तशी कळा आली होती. चटणी-मिठाची गाडगी सगळी भुईला लवंडली होती. तांदळाचे, गव्हाचे, डाळीचे डबे जास्तानाला नव्हते. त्यांची टोपणं बाजूला पडली होती. धान्य सारं पायांत विसकटलं होतं. हात घालून बघावा तो डबा मोकळा होता. मग जनाईनं तसंच सगळं आवरलं. पटापटा पोरंही अंथरुणावर पडली आणि तीही कलंडली. झोप तरी लागती? कशाची झोप? दोनदा-तीनदा उठून दाराची कडी बघून आली. तोवर उजाडलं. गडी येऊन दारात उभा राहिला. आज पाण्याची पाळी. . . मोट धरायची. . . छातीत धस्स केलं. पाणी तरी कसं पाजायचं? दारं मोडायला फडात शिरलं आणि समोर येऊन उभा राहिला तर काय करायचं? रात्री जाऊन फडात बसला असला तर काय त्याचा नेम सांगता येतोय? आधीच दुखावला गेलाय. आसरा धरून फडात बसला असला तर वाटच बघत बसला असंल की. 'आता ये बाई

अशी फुडं' म्हटलं तर काय करू? सगळं येडताक होऊन बसलं. आज पाळी सोडावी तर उद्या मोट धरता यायची नाही. मोट नाही धरली तर उसाला पाणी मिळायचं नाही. ऊस वाळू द्या? तो वाळून कसा चालेल? उसावर तर सगळी भिस्त. त्याच्या जिवावर तर सगळं साल रेटायचं. आणि मग आता कसं करावं? काय व्हैक म्हणायचं हे?

. . . बेस्तरवारचा दिवस गेला. शुक्रवार उजाडला. तोवर काही त्याचा पत्ता लागला नाही. फासात गुंतलेला गळा काही मोकळा झाला नाही आणि मग काहीतरी जेवणवेळेला कळलं. बाबा गडद इनामपट्टीत जाऊन बसलाय, अशी बातमी घेऊन चुलत दीर सांगत आला. झालं! आहे म्हटल्यावर आता त्याला घेऊन यायची एक काळजी लागली. उठवून आणायला पाहिजे. गप आला तर आणि बरं. घोर घोर लागून राहिला. जीव सुचित राहीना झाला. एकटीला तर समोर जाता येईल? जनाई उठली. लगेच पलीकडच्या घरात गेली. चुलत सासऱ्याला म्हणाली, "मामा, आता कसं करायचं हो?"

"असं कर –" असं म्हणून तो बोलला, "जना, शानी असशील तर लगालगा वड्याला जा. चांगली बारीक बघून वाळू आण. शेरमापटंभर जुंदळं दळल्यागत दळ आणि पिठात कालवून भाकरी कर एक अडीशिरी पायलीच्या. भला एवढा झुनका करून घे. भाकरीवर घाल आणि बांधून घेऊन जा. लांब ऱ्हाऊन तेवढ्या भाकरी ठेव आणि दर्शन घेतल्यागत करून ये जा की. कशाला आशा धरून बसलीयास त्याची?"

"तर काय करायचं, मामा?" असं म्हणून जनाई गपगार उभी राहिली. थोड्या वेळानं तीच बोलली, "कसा का असंना – त्याच्या नावानं कुक्कू तर लावून घ्याला येतोय. त्यो हाय म्हणून कुकवाला तरी सोबा हाय का न्हाई?"

म्हातारा उसळून बोलला, "त्यो हाय म्हणून अन्नाला म्हाग झालायसा, ह्येचा अगूदर इचार करा!"

"तर काय मग त्येला मारून टाकायचं हाय, मामा?"

"न्हाई, बोळ्यानं दूद घालून जतन कर आणि काढ हाल-वनवास! पोरं सगळी टाचा घासत मरू द्यात!"

"हेच दिवस काय ऱ्हात्यात?"

"बापडे, जलम गेला की सगळा ह्यातच!"

डोळ्यांचं पाणी पुसून ती म्हणाली, "काय तरी असू द्या. जाऊन घेऊन याया पायजे बगा. . . त्यो तरी काय करंल, मामा? कुणीतरी केल्यालं हाय! कितींदा भोगायचं असंल तेवडं भोगायचं."

ह्यात दुपार झाली. चुलत दीर सारे गोळा झाले. देव उठवायला जावं तसे

सगळे मिळून त्याला आणायला निघाले. चांगली दहा-पंधरा माणसं गोळा झाली. खांडच्या खांड इनामपट्टीकडं निघाला. माणसं बांधाला आहेत तंवरच गडी चवताळला. दगड अंगावर येऊ लागले. कोण पुढं जाणार? ज्याला त्याला आपला जीव प्यारा. दोन-चार दगड अंगावर आले तशी सगळीच माघारी फिरली. गेलेले सगळे वस्तीवर परत आले. मग जनाईनं कुणाला सांगितलं नाही, काय नाही. गप चुलीपुढं बसून तिनं बुट्टीभर भाकऱ्या बडवल्या. भलं एवढं सांडग्याचं कोरड्यास करून घेतलं. सगळं भाकरीवर घातलं. गटळं बांधून डोक्यावर घेतलं आणि एक पाण्याची कासंडी हातात घेऊन ती एकटीच निघाली. . . आपण नाही जावं, तर कोण जाणार? ठेवंल नाहीतर मारंल. काय तरी करू द्या, असं म्हणून ती इनामपट्टीत आली. लांबनं बघितलं. . . बाबा एकटाच बसून होता. भुतासारखा बसून राहिला होता. मनात आलं, एकटाच तरी कसा बसला असंल? काय म्हणून बसला असंल? रातीइरेचं काय भ्या वाटत नसंल बापड्याला? कुणाची सोबत का फिबत? कुणाची संगत नाही फिंगत नाही. कसा जीव तरी गमत असंल ह्येचा? असलं काय झालं असंल ह्येला? कसली लेहेर येत असंल? बांधाला उभं राहून तिनं जरा वेळ विचार केला. विचार तरी त्यात काय करायचा? आपल्या जल्मालाच पुजलंय, असं ती म्हणाली आणि जीव घट्ट करून पुढं झाली. डोळे झाकूनच पावलं उचलू लागली आणि भिर्र्रकन एक दगड येऊन मांडीवर बसला. जनाई उभ्यानं खाली कोलमडली. दोन्ही हातांत मांडी दाबून धरली आणि तोंडानं काही वाईटवंगाळ न बोलता, आतल्या आत कळ सोसत ती त्याला लांबनंच सांगू लागली,

"असं मारू नकोस. बापड्या, तुला जीवच घ्याचा असला तर एक दांडगा गुंड घेऊन एकदम डोस्क्यात घाल. पट्टशिरी पराण तरी जाईल. पर इचार कर. मी गेल्यावर तुझी कोन कळकळ करनार न्हाई. कुत्रा इचारनार न्हाई."

एवढं बोलून ती उठली. एका हातात भाकरीचं गटळं आणि दुसऱ्या हातात पाण्याची कासंडी धरून लंगडी घालतच ती पुढं निघाली. जाता जाताच सांगू लागली, "जीव घेऊन मोकळा हो. मारून टाक. तुझ्याअगूदर मरान आलं तर सोनं होईल माझं! काय वाईट होईल? त्याचं काय भ्या वाटत न्हाई बाबा मला. तसं असतं तर हितं कशाला आलू असतो?"

असं म्हणत समोर जाऊन उभी राहिली आणि एकाएकी त्याचे पाय धरून म्हणाली, "आटीप लवकर. गळा दाब आणि जीव घेऊन मोकळा हो. मग बसून भाकरी खा. तुझ्या आगतीचं कोरड्यास करून आणलंय. तिथनं हितवर पानी घेऊन आलोय. माझा परान घे आणि थंड मनानं बसून जेव. माझ्या हातची शेवटची भाकरी खा. त्यात माझं सऽऽगळं आलं."

खुळा दाल्ला बघत राहिला. नुसतं तोंडाकडं बघतच बसला. तीही खाली बसली आणि बघत राहिली. हात पसरून म्हणाली, "असं करू नगासा. लोक धरून न्हेतील आणि खुळ्याच्या चावडीत घालतील. मग कुटं म्हणून बघायला येऊ तुम्हाला? कायमची ताटातूट होऊन बसंल. काय करायचं ते घरात करा. भाईर का असं?"

तो गप बसलेला बघून तिनं भाकरीचं गटळं सोडलं. बाजूचं पाणी पुढं आणून ठेवलं. तरी एक नाही – दोन नाही.

"का हो असं?"

भाकरी बघून फाडून खाल्ल्यागत करणारा माणूस, आणि तोंड गेल्यागत गप्पच का? माती खाऊ का काय खाऊ, असं होऊन गेलं असेल आणि हा असा तोंड शिवल्यागत गपच कसा बसलाय? कोडं पडलं. जनाई येडबडून गेली. ही काय गत झाली म्हणून तोंडाकडं बघत राहिली. असंच तरी किती वेळ बसायचं म्हणून ती म्हणाली, "मग उठा, घराकडं तरी जाऊ या. पोरं पाखरागत वाट बघत बसली असतील."

आणि देवानं वाचा दिली. मान हलवून तो बोलला, "माझी जागा आता हितंच हाय."

"असं का हो?"

"का न्हाई? मी बोलतोय खरं, पर मेलोय. मी काय जित्ता न्हाई. कुडीत परान न्हाई माझ्या."

"परान न्हाई?"

"व्हय. म्हार सांग. गनगोतावळा सगळा बोलावून घे. बळग येऊन बघून जाऊ द्या."

घाबरी होऊन ती म्हणाली, "असलं काय बोलतासा हो हे? मला अगूदर माती द्या आणि मग तुम्ही मरायचं बघा म्हनं."

"न्हाई, जागा धरून बसलोय. हीच जागा हाय माझी. हितंच माती द्याची. आटीप लौकर. म्हारास्नी बोलावून आन. आता उशीर लावू नगो."

झरझरा अंगावर काटा आला. थंडी वाजून आल्यागत आली आणि कुडकुडत ती बोलली,

"उठा. मला आता बसायचं होईना झालंय. हे बगा, अंगावर काटा कसा या लागलाय!"

"मला आता काय दिसतंय म्हणून दावतीस?"

थंडी वाजून आली आणि तिचं अंग सारं कापू लागलं. झटके आल्यागत हात-पाय हलू लागले. ऊर भरून आल्यागत झाला. श्वास लागून धड बोलता येईना झालं. डोळे झाकून ती तिथंच मुरगाळली. आता अंगावर पांघरूण तरी

काय घ्यावं? थंडी तरी सोसेना झाली. अंग उडू लागलं. लाटलाट कंबर हलू लागली. जिवाच्या करारावर ती म्हणाली,

"थंडी सोसंना हो. जरा कंबरंवर बसतासा का? आता काय करू. . . जरा कंबरंवरच बसा."

लांबनं बघतच तो म्हणाला, "मी कसा उठू? मला आता ही जागा सोडायची न्हाई."

अर्ध्या तासानं तिला हुशारी आली. मुरगळून पडलेली जनाई कशीबशी उठून बसली. सावकाश अंगाची माती झाडली. पदर नीट डोक्यावरनं घेतला आणि दाल्ल्याच्या तोंडाकडं बघितलं. त्यात काही फरक नव्हता. बसल्या जाग्यासनं एक गहूभर काही तो पुढं सरकला नव्हता. तोंडावर दुसरं कसलं चिन्ह नव्हतं. मनात आलं – दुसरा एखादा असता तर चटशिरी उठून त्यानं कंबर तरी धरली असती. डोक्याचा पटका काढून अंगावर घातला असता. नुस्ता बसूनच कसा राहिला? हे असलं ह्याला काय झालं असंल? आणि मला असं एकाएकी का व्हावं? चांगलं बोलता बोलता एकाएकी थंडी कशी वाजून आली? हे कसलं? काय तरी असू द्या. . . आता हितं बसायचं नाही म्हणून उठून उभी राहिली. खाली वाकून तिनं त्याचे पाय धरले आणि विनवणी करून बोलली, "पाया दडतो बाबा, ऊठ. चल, घरला चल."

पाझर फुटला नाही. जमिनीत एक दगड रोवावा तसा तो बसून राहिला. नाइलाजानं जनाई एकटीच घरला आली. घोर लागून राहिला.

एकाला दोन रोज झाले. तीन रोज झाले. तो एकटाच रानात बसून राहिला. बोलवायला गेलं म्हणजे 'म्हारं सांगा –' एवढं म्हणायचा. दुसरं काही बोलणं, नाही, चालणं नाही. एकच भाषा : 'म्हारं सांगा, गोतावळा गोळा करा आणि माती द्या.' सगळा भोग होऊन बसला. भाकरीही खाईनासा झाला. अन्न-पाण्यावाचून हा काही आता जगत नाही असं झालं. जुलमानं जाऊन घेऊन यावं तर कुणाला छाती होईना झाली. सगळं अशुद्ध अन् अवघड होऊन बसलं. काळजी लागून राहिली. आणि त्यातच उंडे पौर्णिमा आली आणि जोंधळा कापायला आला. भाऊबंदांनी कापणी सुरू केली. आपलंच तेवढं पीक ठेवावं तर त्याची राखण कोण करणार? मांगगाड्यांनी रात्रीतनं कणसं खुडून नेली तर काय करायचं? आणि सालभर मग काय खायचं? लोकांच्या बरोबरच आपलाही जोंधळा कापण्याशिवाय गत्यंतर नव्हतं. पण तो कापला आणि हिकडं काय जिवाचा घोटाळा झाला तर मळणी कशी करायची? सगळंच अर्धं सोडून बसायची पाळी येईल. एक कोडंच पडलं. कापणी करावी तर घोर, न करावी तर एक घोर. बघू, काय तरी ठरवू, असं म्हणतच विळे चोळून घेतले. खुरपी पाणी

पाजवून आणली. तिन्ही पोरं जरा जरा मदतीला होतील अशी आशा धरली आणि मध्येच काय व्हायला नको असं देवाजवळ मागून घेऊन कापणी करायची ठरवली.

आज जोंधळा कापायचा म्हणून जनाई येरवाळी उठली. भराभर काम आवरू लागली. शेणघाण काढून झाली. दावण सारी झाडून स्वच्छ केली. जनावरांना पाणी दाखवलं. वैरण घातली. धारा काढल्या. लगालगा जाऊन धरलेली दोन रतिबं घालून आली. मग चगाळा गोळा करून धबाधबा शेणी थापल्या. शेणी लावून झाल्या. पाणी भरलं. कामच आटपत नव्हतं. एक संपलं की दुसरं उगवत होतं. जनाईचे हात डोंगर उपसत होते. काय करायचं? कुणाला सांगायचं? ज्याला सांगावं तो इनामपट्टीत जाऊन बसलाय. तिथं बसायचं ते खळ्यावर बसला असता तर राखण तरी झाली असती. आता एकटीनं किती ठिकाणी मरावं? कापणी, खुडणी, मळणी कशी करावी? करायलाच पाहिजे. . . कसं होईल तसं करायचं. तोवर लेक जागी झाली. पासोडीत गुरगुटून निजलेली पोरंही उठू लागली. जनाई चुलीला बोळा देत होती. तोवर थोरला पोरगा आनशा येऊन जवळ बसला. मधला कल्लूही आळस देत उभा राहिला आणि धाकटा रावसाब पायाचा तिडा घालून खांबाला चिकटला. जवळ येऊन बसलेला आनशा म्हणाला,

"आई, भाकरी झाल्या का ग?"

जनाईला राग आला. त्याचा एक गचवटा घेऊन तिनं विचारलं, "देवानं काय मला चार हात दिल्यात व्हय रं? काय तुमच्या बानं हितं चुलीफुडं इंजान आणून बशीवलंय?"

येवढं बोलणं ऐकून पोरं जागी झाली. सगळ्यांनी भराभर तोंडं धुऊन घेतली. आणि न सांगता-सवरता हातात विळा घेऊन आनशा म्हणाला,

"आए, आमी फुडं जाऊ?"

"फुडं जाऊन काय करता?"

"आमी कापायला लागतो की."

"आपली शीव बघून आरा धरशीला?"

"व्हय."

आनशा 'व्हय' म्हणाला आणि तिला हरूस झाला. दोनदा-तीनदा मान डोलावून ती बोलली, "जावा फुडं. काय होईल तेवढं कापा जावा. तंवर मी भाकरी बांधून घेऊन येतो."

माय-लेकी चुलीपुढं बसल्या आणि तिन्ही पोरं हातांत विळे घेऊन सांगायला जवळ आली. त्यांना बघून जनाई उठली. पोरांच्या तोंडावरनं हात फिरवून म्हणाली, "जपून कापा बरं का, बाबानू. इळ्याला धार हाय. ध्यान देऊन कापा.

काय गडबड करू नका.''

''व्हय, व्हय –'' म्हणून पाडी उधळली. कानांत वारा शिरावा तशी वाकडी-तिकडी पळत सुटली. रौं रौं रौं जाऊ लागली. . . नीट जातील का काय करतील? एकमेकाला सांभाळून घेतील का भांडत बसतील? पोरंपोरं रानात जाणार. काय झालं-सवरलं तर काय करायचं? मदत व्हायची दीडदमडीची; आणि काय तरी व्हारं होऊन बसलं तर कसं निस्तरायचं?. . . कशाला लावून दिलं असं झालं. आता गडबडीनं भाकऱ्या कराव्यात आणि लौकर रानात जावं म्हणून जनाई पुन्हा चुलीपुढं बसली.

चिपाडांच्या चिमटीत विस्तू धरून लेक नुसती फुंकत बसली होती. घरभर सारा धूर झाला होता. जनाईनं रागानं विचारलं, ''काय कराय लागलीयास?''

''थंडीनं पेटंना. मी तरी काय करू?''

''मर्दीनी, ती चिमनी घेऊन पालथी घाल त्यावर.''

असं म्हणून ती स्वतःच उठली. राकेल तेलाची चिमणी घेऊन जवळ आली. वरचं टोपण काढलं आणि चिमणी उलटी धरली. फर्रकन एक काडी ओढली. भाडकन लाल-पिवळा जाळ झाला आणि डोलत शेपटीवर उभा राहिला. लेक लांबनं ओरडली,

''अग आए, मागं तरी सर की ग.''

तिथंच खाली बसत ती म्हणाली, ''तवा आन अगूदर हिकडं.''

घासलेला तवा चुलीवर ठेवला. जाळ दणाणत होता. तांबड्या, पिवळ्या, काळ्या जिभल्या तव्याचा बूड चाटत होत्या. चुलीत न मावणारा जाळ वळवळत होता. वायलातनं तोंड काढून बाहेर बघत होता. चिपाटं पेट घेत होती. चुंई-सुंईऽऽ असा आवाज काढत मागच्या अंगानं धूर सोडत होती. जाळाचा दणका लागला आणि ओल्या पिठाचा गोळा हातात दामटू लागला.

आणि निम्याअर्ध्या भाकरी बडवून झाल्या असतील नसतील येवढ्यात पोरांचा आवाज कानावर आला. ''अगबाई, काय झालं?'' म्हणून जनाई हातातलं पीठ टाकून उठली. तोवर पोरं आरडत आत आली. तोंडावर हात घेत आलेली पोरं बघून जनाईची ध्याईच फुटली. . . हे ऽऽ देवा, काय झालं? का आरडत आला, म्हणून विचारायला तोंडातनं शब्द उमटेना झाला. येडबडल्यागत होऊन गेलं आणि नुसती डोळ्यांनी बघत राहिली. पोरं अजून आरडत होती. उरी फुटल्यागत दिसत होती. वाऱ्यानं झाड हलावं तसं त्यांचं अंग लडबडत होतं. घामानं अंगावरची कापडं भिजून चिंब झाली होती. आणि थंडीनं गदगदल्यागत करून आनशा बोलला,

''साप ग!''

“अरं भगवाना! कुठं रं, बाळांनू?”

दातावर दात बडवत तो सांगू लागला, “आमच्या जुंधळ्यातच ग आए, चावत हुता. लई दांडगा हाय. जंगच्या जंग!”

आणि असं म्हणून त्यानं तोंड पसरलं आणि दोन्ही हातांनी आईला मिठीच घातली. कल्लू आणि रावशाही ओरडू लागले. घाबरी झालेली जनाई विचारू लागली, “शिवला न्हाई न्हवं?”

“न्हाई.”

“लांबनं बघितलं व्हय?”

“न्हाई ग आए. एकदम समोर दिसला.”

“जवळच हुता?”

“व्हय ग आए, माझ्याच फुडं आला हुता.”

“बघितलं ते पळून आलासा व्हय?”

“व्हय. इळंबी तिथंच पडल्यात की.”

जनाई म्हणाली, “पडू द्यात, बाबा. तुम्ही सुकरूप आलासा हेच लई झालं. उटा आता. अंगातला सदरा काडा. भिजून चिंब झाल्यात. पिळून वाळत टाका. आता काय घाबरू नगासा. उठा.”

मग पोरांनी अंगातले सदरे काढून दोरीवर वाळत घातले. धगीला चुलीपुढं बसून अंग शेकून घेतलं. जरा ऊब आल्यागत झाली. पोटातला घाबरा कमी झाला. पोरं शुद्धीवर आल्यागत बोलू लागली. आळीपाळीनं वर्णन करून सांगू लागली. . . तोच भाद्दर गाठ पडला होता. त्यात काही आता शंका उरली नव्हती. जनाईला विचार पडला, का असा गाठ पडत असंल? कोणत्या जन्माचा वैरी तर नसंल? दाल्ला एक असला! तो उठून रानात जाऊन बसलाय. पोरं तरी जरा मदत करू लागतील म्हटलं, तर त्यांनाही देव करू देईना झालाय. काय नशीब म्हणायचं हे? नशीब कसलं? दविंदर! दुसरं काही सुचेना झालं. आरूनफिरून एकच विचार मनात घोळत राहिला – असं जर होऊ लागलं तर कसं करायचं? जोंधळा कापायचा सोडून काय आता गप घरात बसायचं? कितींदा बसता येईल? गडी लावून करून घ्यावं तर ते तरी काय फुकट होतंय? आणि किती ठिकाणी गडी घालावंत मग? उद्या धार काढताना म्हशीच्या पायांत आला – मग काय गडी लावून धार काढायची? अशानं तांब्या घेऊन जायाची पंचाईत होईल. त्याला गडी सांगून भागंल? हा काय वैताग होऊन बसला? आज जोंधळा कापायचा आणि काय म्हणून हे असलं गुण दाखवत असंल? आता कशी कापणी करायची आणि काय करायचं? काही सुचेना झालं. सारं येडताक होऊन बसलं. जनाईनं मग पोरांना तेवढं वाढलं. तिला तुकडा गिळेना झाला. हे काय

नव्हं, असं म्हणाली आणि दोन भाकरी फडक्यात बांधून घेऊन ती उठली. एकटीच रानाकडे निघाली.

लेकीनं अडवून विचारलं, "एकटी तर तू कशी जातीस ग?"

"जातो बाई तशीच!" असं म्हणून ती बाहेर पडली.

लेकीनं पुन्हा म्हटलं, "थांब की ग, आए. मी तरी संग येतो."

"कोन नगो बाई. उपजलो तेवा कोन संगं आलतं?" असं विचारून ती बोलली, "तुझं अजून व्हायचं जायचं. तू आपली घर राकत बस आणि लईच कळकळ असली तर दोपारनं एक च्याचं ऊन पानी त्येवडं घेऊन ये. असला जीव धड तर तेवडा घोटीन."

येवढं बोलून ती लगालगा निघाली. आपली वाट धरून चालू लागली. कशाकशाला म्हणून भ्यायचं? बिनशुद्धी ती रानात येऊन उभी राहिली. एका कडेला उभी राहून न्याहाळू लागली.

हाता-तोंडाला आलेलं पीक रानात उभं होतं. वाळून पिवळा पडलेला जोंधळा एक पीतांबर नेसल्यागत दिसत होता! खुरपं खेळवून खेळवून एकेक धाट जतन केलं होतं. पोरानं चांगलं बाळसं धरावं तसं मनगटागत दिसत होतं. शेरमापट्याचं एकेक कणीस. डोळे भरून जनाईनं सगळं रान बघितलं. नजर फिरत राहिली. चार पेंढ्या होतील येवढी कापलेली धाटं खाली भुईला पडलेली होती. बेवारशी प्रेतागत त्यांना कळा आली होती. ती तरी कशी गोड दिसणार? इथं एक, तिथं एक – असे तीन ठिकाणी तीन विळे पडले होते. हे सारं बघितलं आणि उभं राहूनच रानाकडं बघत जनाई बोलू लागली-

"का बाबा, आमची पाठ घेतलीयास? कशापायी भ्या दावाय लागलाईस? आमच्या रानात वस्ती व्हायलाईस तर आमची राखन करशील का भ्या दावशील? तूच राखन कराय पायजेस. कसं कसं चाललंय ते बघतोस न्हवं? कशा तऱ्हेनं दिवस कंठाय लागलोय हे काय तुला म्हाईत न्हाई? बाबा, लई जीव वैतागलाय माझा. वस्तीला हैस आमच्या. लई न्हाई थोडी तरी तुला कळकळ याय पायजे. कुनाचं पाठबळ हाय का सांग बघू आम्हाला? माझ्याशिवाय कोन फुडं होऊन करनार हाय का आमच्या घरात? मग बाईमानसाला इनाकारनी तरास देनं हे तुझं कर्तव्य न्हवं. माझ्या वाट्याला तू जाऊंनेस. ह्येच्यापरास काय तुला मी आता ज्यास्त सांगत न्हाई. काय सांगत बसायचं हाय, बाबा? तू काय मला परका न्हाईस. मी काय तुला परकं धरत न्हाई. जशी एक भावाला भन, तशी मी तुला हाय असं समज. आणि काय सांगू बापड्या तुला? तुझ्या भ्यानं कापनी केली न्हाई तर हे पीक व्हाईल? कुनाचं कोनबी येऊन रातोरात लुटून न्हेतील, बाबा. टाचा घासत मरायची पाळी ईल माझ्या पोरास्नी. माझ्या मालकाला अडीशिरीच्या

भाकरी एका येळंला फुरं पडत न्हाईत. कसं दिस कंठू मग? काय करून घालू त्याला? हे बघ, कापनी केल्याशिवाय काय मी हितनं माघारी जानार न्हाई. खुळ्या, गड्यास्नी द्यायला माझ्याजवळ पैसा न्हाई म्हणून सगळं घरनं कराय लागलोय. धाकटं जीव होऊन येवढी पोरं माझी मदत करू लागल्यात– आणि त्यास्नी भ्या दावून हुसकून लावलंस. मग काय म्हनायचं तुला? काय लई शानपना दाखवलास व्हय ह्यात? हे तुझं वागणं खऱ्याचं न्हवं. मी खऱ्याची हाय. मला भ्या न्हाई. तू मतुर इचार कर. हे पाप फेडायला लई जलम घ्यावं लागतील तुला! खुळ्या, पोरं माझी उरी फुटल्यागत आरडत आली. काय झालं असंल माझ्या ध्याईचं? तुला इचार हाय कोंच्या गोष्टीचा? हे खरं न्हवं. असं करू ने. तुला अखीरचं सांगतो– पोरं पळून गेली तशी मी जानारी न्हवं. काय तऱ्हेनं मी जलम केलाय आणि कशी टक्कर देत आलोय ह्याचा जरा इचार कर. सात काळजाची हाय म्हणून टिकलोय आनि ह्या एका गुडग्याला इचारून आजवर संसार केलाय. दुसऱ्या कुनाला इचारनार? आनि मला भ्या दावतोस? कड लावल्याशिवाय मी काय हितनं हलनार न्हाई बघ. बाबा, घरात जेवायला बसलो. नरड्यातनं घास खाली उतरंना झाला. त्या दोन भाकरी फडक्यात गुंडाळून घेऊन आलोय. सांगायचं ते तुला सऽऽगळं सांगितलंय. आता निवान्त जरा झाडाखाली बसून भाकरी खातो. तंवर आपला कुठं तरी गपगार निघून जा कसा. माझी भाकरी खाऊन झाली म्हंजे मी जुंदळा कापायला लागनार बघ. असं बसून कसं भागंल? दिवस बुडूस्तवर मला सगळं रान मोकळं कराय पायजे. हे बघ, आता शेवटचं तुला हात जोडतो. मी मरायलाच आलोय. काय करायचं हे तुझं तू ठरीव. . . खाऊ मी भाकरी आता?''

परवानगी घेतल्यागत करून जनाई तिथनं हलली. बांधाच्या एका झाडाखाली सावलीला येऊन बसली. फडक्यातली भाकरी काढून हातावर घेतली आणि रानाकडं बघत निवान्त घास मोडू लागली. एक तिथं दोन घटका बसून तिनं सावचित्तानं जेवण केलं. दोन्ही भाकरी तेवढ्या पोटात घातल्या. संग आणलेलं तांब्याभर पाणी वर ढोसलं. डरकन दोन ढेकर आले आणि मग ती उठली. आडवा पदर बांधून रानात शिरली. हातात विळा घेतला आणि मनगटासारखी धाटं भरारा खाली जमिनीला लोळण घेऊ लागली.

काहीतरी निम्मं रान कापून झालं आणि दुपारी लेक चहा घेऊन रानात आली. लांब बांधालाच उभी राहून हळी देऊ लागली.

चहा आलेला बघून जनाई बांधाला आली. कामानं अंग सगळं अवघडलं होतं. पाठीला ओढ लागल्यागत झाली होती. कमरेचा पदर सोडून ती सप्पय खाली बसली. कपबशी आणि चहाचं भगुलं खाली ठेवत लेकीनं विचारलं,

"आई, तुला काय भ्या वाटलं न्हाई व्हय ग?"

"कशाला भ्या बाळगू, बाई? सांगायचं ते त्याला सगळं सांगितलं की."

"काय सांगितलंस?"

"दुसरं काय सांगायचं? एक गुडग्याला इचारून आजवर जलम केलाय. आम्हाला दुसऱ्या कुनाचा आधार न्हाई. . . हेच की."

असं म्हणून तिनं एक सुस्कारा सोडला आणि भगुल्यातला चहा ओतून घेऊन कप-बशी हातात घेतली. आणि अशी बशी तोंडाला लावणार, एवढ्यात विमान वाजत आलं. रौं रौं रौं करून आवाज उठला.

"अग आई, ऊठ, ऊठ ग–" असं म्हणून लेकीनं बोंब ठोकली आणि ती पळत सुटली. "साप-साप!" म्हणून ओरडत निघाली.

जनाईनं बसलेली जागा सोडली नाही. एका हातात कप आणि एका हातात बशी धरून ती बघत राहिली.

बाबा एका आऱ्यातनं पुढं येताना दिसत होता. वाळ-वाळ-वाळ अंग सारं हलत होतं. दोन्ही काकरीतली धाटं थरथर कापत होती. पोटाखाली जमीन रेटत तो समोर बांधाकडंच येत होता. रौं रौं रौं आवाज घुमत होता.

जनाईनं मग आपल्या उजव्या हातातला कप तेवढा खाली ठेवला आणि एक बोट उगारून ती त्याला बोलली, "हे बरं न्हवं हं. येवढं सगळं गारानं ऐकूनबी तुला कशी अक्कल आली न्हाई रं? आता जरा च्या प्यावा म्हनूनशान खाली टेकलोय आनि तू धावत या लागलाईस व्हय? काय करनार हैस बाबा भेटून? ये."

आणि तो एकाएकी शेपटीवर उभा राहिला. फासकन भाकरीयेवढी फडी काढून डोलू लागला. थेट जनाईकडं बघतच उभा राहिला.

नजरानजर झाली आणि टक लावून बघत बसलेली जनाई रागारागानं बोलली, "का एवढं बघाय लागलाईस रं? कुनी बगितलं न्हवतं; तू घे बगून! आनि काय बेत हाय तेवडा सांग एकदा. लई डुलाय लागलाईस? कोन गानं म्हनतंय व्हय हितं? कशाचं गानं म्हनू, बाबा? जल्माचं गानं झालंय माझ्या! ऐकलंस?"

आणि असं म्हणून एकवार तिनं पदरानं तोंडावरचा घाम पुसला आणि बशी तोंडाला लावली.

■

ऊन

कर्रकुर्र कर्रकुर्र कावडीचा आवाज करीत रामू दारात आला. सोप्याला पोराचं रडणं ऐकून जरा थबकल्यागत उभा राहिला आणि मग तसाच कावड घेऊन आत गेला. खांद्यावरची कावड उतरून त्यानं खाली ठेवली आणि घागरी न सोडताच तो वहिनीला म्हणाला,

"शिवन्या का रडाय लागलाय?"

"आत्ता खेळत होता की चांगला."

"पर आता रडाय लागलाय न्हवं? ऐकू ईना?"

"येतंय की." असं म्हणून त्याची वहिनी म्हणाली, "पोरच हाय ते. घडकंत रडायचं, घटकंत खेळायचं."

मग खाली बघत त्यानं कावडीच्या घागरी सोडल्या आणि हंड्याकडं बघितल्यागत करून तो बोलला, "हंडा निम्मा भरलाय."

"मग आणि एक खेप आनून फुरं करतासा?"

त्यानं वर बघितलं आणि जरा घुटमळल्यागत करून तो म्हणाला, "आता उनाचं न्हाई जात. सांचं आनीन म्हनं आनि दोन खेपा."

"मग न्ह्यारी करतासा?"

"न्ह्यारी व्हय?" असं म्हणून त्यानं भुईची कावड उचलून कोपऱ्यात ठेवली आणि मागं वळून तोंडाकडं बघत तो बोलला, "करीन मागनं."

"मागनं आणि फुडनं का?"

"का रडाय लागलाय बघतो की आधी जरा."

"तुम्ही काय बघतासा?" असं विचारल्यागत करून वहिनी म्हणाली, "पोरं हैत की खेळायला भाईर."

"पोरं हैत खरं. . ."

"मग?"

तो कचवचल्यागत बोलला, "आण्णा भाईर सोप्याला बसल्यात. उगंच

पोरांचा आनि कालवा नको.''

वर बघत वहिनीनं विचारलं, ''मग ते काय पोरं घेऊन कुठं भाईर जावं म्हंत्यात?''

''तसं न्हवं. सोसायटीचं कोन लोक येऊन बसल्यात. . . काय त्यांचं काम चाललंय जणू. उगंच आनि कावाकावी नको.''

''मग कुठं हिंडवून आणता?''

''व्हय, जरा येतो फिरून.''

असं म्हणून तो बाहेर सोप्यात आला. भुईला पडलेलं पोरगं त्याला बघून गडबडीनं उठून बसलं आणि आंऽऽ करून तोंडाकडं बघत जास्तच रडू लागलं. वहीत तोंड घालून बसलेले आण्णा वर मान करून बघू लागले– आणि थबकल्यागत लांब कोपऱ्यात उभी राहिलेली पोरं अण्णांच्या डोळ्याकडं नजर लावून बघत उभी राहिली.

जवळ जात रामू बोलला, ''शिवन्याऽऽ, बाळा, काय झालं रं?''

शिवन्यानं आणखी तोंड पसरलं, तसं रामूनं एकवार तिरक्या डोळ्यानं अण्णांच्या तोंडाकडं बघितलं आणि गडबडीनं पोराला उचलून तो बाहेर अंगणात गेला. पाठोपाठ आवाज आला, ''रामूऽऽ–''

''ओऽऽ!''

''कुठं भाईर जातोस व्हय?''

''व्हय, जरा येतो जाऊन. का, काय काम होतं?'

अण्णांनी एक बिडी पेटवली. तोंडातनं धूर सोडला आणि त्या धुराकडं बघत ते बोलले,

''रानात काय जोडणी केलीया?''

''काय न्हाई. उद्याच्या बाजाराला वांगी तोडायची हैत.''

''बाकी काय न्हाई?''

''काय न्हाई.''

''मग आता कुठं पोराला घेऊन निघालास?''

''जरा येतो जाऊन.''

''त्याला कापडं तर घाल चांगली.''

''असू द्या. काय हुतंय त्याला?''

असं म्हणून रामू पोराला घेऊन चालू लागला. जरा पुढं गेल्यावर त्याला खाली उतरवून म्हणाला,

''जरा सडं चालावं रं. चल, तुला खाऊ घेऊन देतो.''

शिवन्या हाताला धरून चालू लागला, आणि चालता चालता रामूनं

विचारलं, "सकाळी दूद प्यालास?"

"खाऊ पायजे."

"शिवन्या, लेका, काय कळत न्हाई बघ तुला! अरं, दोन्ही वक्ता चांगलं दूद प्यावं. त्याबिगर अंग कसं वाडंल रं!"

पोरगं बोट धरून चालू लागलं. रामूही न बोलता पाय उचलू लागला. पोराबरोबर सावकाश चालत निघाला. पेठ आली आणि मुंगल्याच्या दुकानाकडं बघून रामूनं खाली वाकून विचारलं,

"शिवन्या, बाळा, चिरंमुरं घेऊन देऊ?"

न बोलता सदऱ्याचा वटा पसरून पोरगं उभं राहिलं. "चल, चिरमुरं देतो."

दोघंही दुकानापुढं आले. रामूनं खाली वाकून पोराच्या सदऱ्याला दोन गाठी मारल्या आणि तो म्हणाला,

"काका, एक आन्याचं चिरमुरं-फुटानं द्या हो."

किलकिल्या डोळ्यांनी मुंगल्यानं पोराच्या तोंडाकडं बघितलं. एका हातानं त्याला जवळ ओढलं. पाठीवर हात थोपटला आणि कानाला लागून विचारलं,

"काय पायजे रं?"

मान खाली घालून पोरगं गप्पच उभं राहिलं. आणि मुंगल्यानं पुन्हा पाठ थोपटून विचारलं,

"नाव काय रं तुझं?"

मान खाली घालून उभा राहिलेला शिवन्या वर तोंड करून आपल्या बापाकडं बघू लागला. पोरगं असं अंग मुरडत त्याच्या तोंडाकडं बघत राहिलं, आणि रामू म्हणाला, "सांग की रं, काय नाव तुझं?"

"बरं बाबा, ऱ्हाऊ द्या!" असं म्हणून मुंगल्यानं चिरमुरे-फुटाणे त्याच्या ओट्यात घातले आणि त्याला जवळ ओढल्यागत करून तो म्हणाला,

"आता नाव सांगतोस?"

"अंऽऽ!"

"बरं बाबा. गोळी देऊ?" असं म्हणून म्हाताऱ्यानं एका बरणीतनं दोन रंगीत गोळ्या काढल्या आणि एका हातानं त्याच्या गालाला हात लावून तो बोलला, "हे धर. खा-खा."

शिवन्यानं गोळ्या हातात घेतल्या आणि मुठीत गच्च दाबून धरल्या. पोरगं मागं वळलं आणि म्हातारा रामूकडे बघत कसंनुसं हसला. किलकिल्या डोळ्यांनी नुसतं बघत राहिला.

पाठ फिरवून दोघंही चालू लागले. खाली बघत, वर बघत चाललेला रामू

म्हणाला,

"खा की रं."

एक रंगीत गोळी त्यानं तोंडात घातली आणि मिटक्या मारल्यागत तोंड हलवीत तो चालू लागला.

चालता चालता रामूनं विचारलं, "कुठं जाऊ या?"

"आंब."

"लांब?"

"आंब."

"लांब कुठं रं?"

असं विचारून रामू उभा राहिला. मान वरून करून बघू लागला.

डोळे दिपत होते. दिवस डोक्यावर आला होता. तंबूत वर मधोमध गॅसबत्ती टांगावी तसा सूर्य वर पेटलेला दिसत होता. निळं आभाळ वर तळपत होतं आणि ज्वाळा खाली उतरत होत्या. गदगदत नव्हतं, काहिली नव्हती; पण नुसता चटका होता. एकाएकी चघाळ्यानं पेट घ्यावा तसं वर बघतच तो म्हणाला,

"लांब जायचं व्हय? चल बाबा, चल. कुठंतरी लांऽऽब जाऊन बसू."

दोघंही चालू लागले, आणि मध्येच खाली वाकून रामू म्हणाला, "पिल्ल्या, पाय भाजत न्हाईत? अरं लेका, का एवढा सोशिक झालायस रं? अरारारा! सांगायचं न्हाई? खुळ्यागत मीबी निघालोय आनि तूबी अनवाणी चाल्लायंस."

असं म्हणून त्यानं आपल्या डोक्याची गांधी टोपी काढून हातात धरली. आळं केल्यागत ती गोल करून पोराच्या वट्यातले सारे चिरमुरे त्यात ओतले. चिरमुऱ्यानं भरलेली ती टोपी एका हातात धरली आणि पोर एका हातावर घेऊन तो चालू लागला.

वेस मागं गेली आणि थबकल्यागत रामू उभा राहिला. गॅसबत्ती वर पेटली होती. खाली माळवाटेवरची धूळ तापली होती. गाडीवाटेनं पडलेल्या चाकोरीचे दोन पट्टे धावताना दिसत होते. लांबवर जाऊन भिडलेल्या त्या वाटेकडं तो बघत उभा राहिला आणि त्याच्या डोक्याला चिकट हात पुसून पोरगं पेंगुळल्यागत एक गाल टेकवून बसलं. पिंजारलेल्या मऊसूत कापसात रुतल्यागत झालं आणि पोटात डचमळून आलं.

वर बघत त्यानं विचारलं, "शिवन्या, कुठं जाऊ या रं?"

"आंब."

"आनि लांब कुटवर रं?"

त्यानं मागं वळून बघितलं. गाव लांब राहिलं होतं. गाडीवाटेची चाकोरी

तेवढी दिसत होती. मागंही तीच आणि पुढंही तीच. रेघ ओढल्यागत नुसते दोन पट्टे दिसत होते. तापलेल्या धुळीनं धगधगत होते. वरनं ऊन चटका देत होतं. खाली पाय भाजत होते. तापलेल्या धुळीतनं पाय ओढत लांब जावंसं वाटत होतं. ऊन वरनं असंच चटका देत राहावं, ज्वाळा खाली उतराव्यात, पायाखाली आलाव्यातली खाई पेटावी आणि डोळे झाकून गप चालत राहावं. कुठं थांबूने-सवरूने, कुठं विसावा घेऊने, पाणी पिऊने. . .

रामूनं वर बघत विचारलं, "का पेंगुळलास रं? तान लागली? पानी पायजे?"

एक गाल टेकवून बसलेलं पोरगं तरतरी आल्यागत मान उचलून सरळ बसलं आणि पुन्हा मान वळवून नीट तोंडाकडं बघत राहिलं. टुकूटुकू बघणारे त्याच्या डोळ्यांतले मणी चमकले, आणि त्याच्या गालाला थोपटीत रामू म्हणाला,

"चल, चल पिल्ल्या. खोताच्या मळ्यात जाऊ. तुला पानी देतो– हंबा दावतो. . ."

पायाखालची वाट सोडून तो आडवा शेतातनं निघाला. नांगरलेली-कुळवलेली शेतं ऊन खात पडली होती. कुठं पीक दिसत नव्हतं. हिरवा रंग दिसत नव्हता. नुसतं भकास रान पसरलं होतं आणि पाण्यावर वाफ धरावी तशा ज्वाळा वर येत होत्या. . . वरनं खाली आणि खालनं वर.

पाय भसाभस मातीत शिरत होते आणि वर हात अवघडून आला होता.

चालता चालता रामूनं विचारलं, "हात अवघडला रं. जरा खांद्यावर बसतोस?"

हातावरच्या पोराला त्यानं खांद्यावर घेतलं आणि तो पुन्हा चालू लागला.

कुळवलेली दोन रानं मागं गेली, आडवा मोटाररस्ता ओलांडला, आणि खोताचा मळा आला.

दुपारची मोट सोडली होती. नुसतं मोटवाण उभं होतं. धावेवरही कोणी दिसत नव्हतं. एका अंगाला उसाचा फड तेवढा डोळ्यांना गार दिसत होता. टळटळीत उनात त्यानंही मान टाकली होती.

पोराला घेऊन रामू धावेवर आला आणि खोपीच्या तोंडाला सावलीत बसलेला खोताचा म्हातारा हळी दिल्यागत बोलला,

"कोन गा?"

"मी रामू हाय, काका."

"रामू?" असं म्हणून वर तोंडाकडं बघत त्यानं विचारलं, "का रं, पोराला घेऊन उनाचंच आलायंस?"

"आलोय झालं," असं म्हणत रामू जवळ गेला. आत खोपीत

जाऊन सावलीला बसला. पोरगं मांडीवर घेऊन उगंच बघत राहिला. म्हाताऱ्यानंच विचारलं,

"काय, पानीबिनी देऊ काय थंड?"

"व्हय. त्यापायीच आलतो."

"कुठं गेलता?"

रामू उगाच बघत राहिला. मग म्हाताऱ्यानं गेळ्यातलं थंड पाणी दिलं. दोघंही बाप-लेक गार पाणी प्याले.

आणि म्हाताऱ्यानं विचारलं, "तुला आता सोडून ऱ्हात नसंल?"

"कवा ऱ्हातोय, कवा न्हाई."

"ऱ्हातोय का?"

खोपीतनं बाहेर बघत रामू बोलला, "ठेवला तर ऱ्हातोय की. काय करतोय!"

"हूंऽऽ" असा हुंकार भरून म्हातारा पोराच्या तोंडाकडे बघत राहिला. टक लावून बघितल्यागत करून म्हणाला, "किडमिडंच दिसतंय. दूदबीद काय पितंय– काय तक्राद करतंय?"

"कवा पितोय, कवा न्हाई."

"चिरमुरंबिरमुरं असला वाळ्ळा खाना अंगी लागत न्हाई. नेमानं दूद पाजाय पायजे बघ." असं म्हणून म्हाताऱ्यानं विचारलं, "व्हय रं बाळा, ऊस खातोस का?"

रामूच बोलला, "काका, ते काय ऊस खातंय!"

"गरं करून दिलं तर चगळंल की रं."

"चगळंल खरं."

"मग?" असं म्हणून म्हातारा एक हात दाखवून म्हणाला, "त्या कोपऱ्यात दोन ऊस हैत बघ. आत्ताच तोडून आणल्यात. ताजंच हैत. घे त्यातला एक."

रामू न उठता गप बसूनच राहिला. तसा म्हातारा पुन्हा म्हणाला, "रामू, ऊठ. घे की ऊस. दोन कांडी तूबी खा आनि त्यालाबी दोन गरं दे की चघळायला. ऊठ."

रामू उठला. पोरगंही उठून त्याच्याबरोबर चालत गेलं. म्हाताऱ्याची नजरही त्या पोराच्या पावलांबरोबरच गेली. त्याच्याबरोबरच पुन्हा जवळ आली.

पोरगं बाजूला न बसता पुन्हा त्याच्या मांडीवरच बसलं आणि रामूनं ऊस तोंडाला लावला.

एकटक नजर लावून बसलेला म्हातारा बोलला, "रामू, तांबवागत तुला सदा चिकटल्यालाच असतोय जनू!"

"मग काय करायचं?"

"तुझी वैनी बगती का नीट?"

एक बारीक गरा करून रामूनं पोराच्या तोंडात घातला आणि ऊस बाजूला करून तो उगंच त्याच्या तोंडाकडं बघत राहिला.

म्हातारा बोलला, "हे काय खरं न्हवं."

रामूनं तोंड वर केलं आणि मान हलवत म्हातारा म्हणाला, "त्याची आजी त्याला न्हेतो म्हनत हुती न्हवं? ती सांभाळील तसं तुझ्या हातनं काय हुनार? आजोळला लावून देऊन गप ऱ्हायचं, मर्दा. चांगला कळता झाल्यावर मग घेऊन ये की."

मान फिरवून रामू बाहेरच बघत राहिला. अवघडल्यागत बोलला, "आजी संबाळंल खरं–"

"मग? अरं, ती जसा जीव लावंल तसं दुसऱ्याला जमंल?"

"तिचा जीवबी पोरावर हाय."

"मग गप लावून दे की तिकडं. न्हेतो म्हंती न्हवं ती?"

"न्हेतो म्हटलं की. मस्त एकदा सोडून दोंदा येऊन गेली."

"मग लावून दिऊने हुतास?"

हातातल्या उसाच्या पेऱ्याकडं बघत तो बोलला, "माझाच जीव तयार होत न्हाई, काका."

"खुळ्या, तुझी वैनी काय संबाळनार? एक सोडून सा पोरांची आई ती! गड्यामानसांच्या भाकरी बडवंल, आपल्या पोरांकडं बघंल का तुझ्या पोराची उसाभर करंल? ह्या रामरगाड्यात कशाला ठेवून घेतलाईस ह्यला?" असं म्हणून म्हातारा टक लावून पोराकडं बघत राहिला आणि थरथरणारी मान हलवून म्हणाला, "कोन तरी जीव लावूऽऽन ऱ्हानारं पायजे रं. अजून बच्चा हाय. . ."

एवढं बोलून म्हातारा गप झाला आणि पोराकडं बघता बघता त्याला डुलका लागला. बसल्या बसल्याच मागच्या कुडाला मान टेकवून तो मंदगतीनं घोरत राहिला. तोंड, मान, छाती एका लयीत वर-खाली होत राहिली. हातातलं उसाचं कांडं बाजूला ठेवून रामू थोडा वेळ त्याच्याकडं बघत राहिला. त्याच्या मांडीवरचं पोरगंही वेध घेतल्यागत त्या म्हाताऱ्याकडं बघत बसलं. डोळ्यांत साकळून आल्यागत झालं आणि पोराला अंगावर घेऊन रामू खोपीबाहेर आला.

ऊन वरनं ओतत होतं, खाली खाई उसळली होती. स्वच्छ निळं आभाळ वर तळपत होतं, खाली रानमाळं धुपत होती. ऐन्यानं किरण पाडावं तसं तिरकं ऊन अंगावर येत होतं आणि भुईनळे पेटल्यागत डोळ्यांपुढं रंग तरंगत होते. हिरव्या-निळ्या-पिवळ्या ज्योती डोळ्यांपुढं हलत होत्या आणि उजाड रान वणवा लागल्यागत धगधगत होतं.

मोटाररस्ता जवळ आला आणि पाँ पाँ आवाज ऐकून अंगावरचं पोरगं कान टवकारून बघत राहिलं. रामूही उभा राहिला. भर वेगानं आलेली मोटार जवळनं निघून गेली आणि दोन्ही हात वर करून पोरगं खच्चून किंचाळलं, "पं-पंपंऽऽम्–"

रामूनं वर बघितलं. पोरगं खदखदा हसत होतं. पौर्णिमेचा चंद्र दिसावा तसं त्याचं तोंड हसरं दिसत होतं. त्याचं अंग सारं गदगदत होतं आणि तोंडावर एक नवा राव दिसत होता. नवा कोरा आकाशाचा पत्रा वर तळपत होता आणि पुनवेचं चांदणं खाली सांडलं होतं. न मावणारा आनंद तोंडावाटे बाहेर आला. मान तिरकी करून रामू हसला आणि तोंड कुरवाळून म्हणाला, "पिल्ल्या, काय आनंद झाला रं तुला! अरं लेका-लेका!" असं म्हणत त्यानं त्याच्या गालाचा एक पापा घेतला आणि पुन्हा दुसरा पापा घेत तो म्हणाला, "आपण बसू हं हितं. आता आनि दुसरी मोटार ईल बघ. . . आता आनि येती बघ हं."

रस्त्याच्या कडेला रामू मांडी घालून बसला. ऊन लागू नये म्हणून अंगावरचं धोतर त्यानं पोराच्या डोक्यावर धरलं. ज्योतीला वारा लागू नये म्हणून पदराचा आडोसा करावा तसं एका अंगाला धोतर धरून तो बसून राहिला. रस्त्याकडे लांबवर नजर लावून मोटारीची वाट बघू लागला. एक मोटार गेली होती. दुसरी अजून येत नव्हती. त्याचे कान आणि डोळे तिकडंच लागून राहिले होते. एवढ्यात पाँ असा लांबनं आवाज आला. धाकट्या पोरागत त्याचं अंग सारं गदगदलं. गडबडीनं त्यानं काखेत हात घालून पोराला अंतराळी उचलून धरलं. आवाज येऊ लागला आणि तोच मोठ्यानं म्हणू लागला– "पं-पं-पं-पं-पं. . ."

अंतराळी धरलेलं पोरगं आपले हात-पाय नाचवीत विचारू लागलं, "पं-पं आई का?"

"आली बघ हं पंपम्."

बघता बघता मोटार आली आणि अंगावरनं आवाज करत निघून गेली. बोट करून दाखवत तो म्हणाला, "गेऽऽई-पंपं– गे ऽऽई!" असं तोंडानं बोलत पोरगं मांडीवर नाचत उभं राहिलं.

त्याच्या गालाला लागून रामूनं विचारलं, "तुला पंपं आवडती? पंपं पायजे? आपुन घेऊ हं एक. . . झक्कास घेऊ. हिरवी हिरवी, लाल लाल. . ." आणि एकाएकी तो गप झाला. तोंड गेल्यागत गप्पच बसला.

त्यानं पोराला छातीजवळ धरलं. त्याच्या मऊ मऊ केसांवर हनुवटी टेकवून तो लांब बघत राहिला, आणि खाली आपल्या दोन्ही तळहातांत पोराचे गाल धरून बोलू लागला.

"तुला पंपं घेऊ हंऽऽ. आता पंधरा-तीन वारानं जत्रा येती. मग तुला आज्जीकडं घेऊन जातो. तिथं मामा हाय, मामी माय. आजी तुला खाऊ दील.

तिला आपून एक मोटार घेऊन द्याला सांगू हं. लाल लाल मोटार पायजे म्हन.'' आणि असं म्हणून तो खाली वाकला. चटशिरी त्याचं तोंड वर करून म्हणाला, ''शिवन्या, आज्जी खाऊ देती– मोटार घेऊन देती. . . आज्जीजवळ ऱ्हातोस?''

पोराचं तोंड हसरं दिसलं. तो बघत राहिला आणि घोगऱ्या आवाजात त्यानं विचारलं,

''ऱ्हातोस बाळा? पर मी तिथं न्हाई हं. . . मला सोडून ऱ्हातोस?''

पोरगं नुसतंच तोंडाकडं टुकटुक बघत राहिलं. डोळ्यांतले मणी लुकलुक करू लागले आणि त्यानं उचलून त्याला एका हातावर घेतलं. दुसऱ्या हातानं त्याच्या पाठीवर हात ठेवला आणि खांद्यावर त्याची मान घेऊन त्याला घट्ट दाबून धरलं. हलक्या हातानं तो थोपटत राहिला.

ऊन आडवं झालं होतं. झुळका अंगावर येत होत्या. ढगांचे ठिपशे ठिपशे आभाळ गोळा करीत होतं. निळा-सावळा रंग जाऊन पारा उडालेल्या काचेगत ते दिसत होतं आणि खांद्यावरच्या पोराचे श्वास कानात ऐकू येत होते.

लांबनं मोटार येताना दिसली आणि बेताने तो उठून उभा राहिला. त्याच्या पाठीवर एक हात ठेवून आबदार पावलं टाकत चालू लागला. . .

रामू दारात आला आणि डोळ्याच्या बर्च्या समोर दिसू लागल्या. न बोलता सगळेच त्याच्या तोंडाकडं बघत राहिले. आणि हलक्या आवाजात रामूच म्हणाला, ''वैनी, जरा काय तरी हातरता?''

न बोलता वहिनीनं एक जमखाना खाली अंथरला. रामूनं आत जाऊन बेतानं त्यावर पोराला झोपवलं. अंगावर एक चादर टाकली आणि तिथंच खांबाला पाठ टेकवून तो बसून राहिला.

वहिनी जवळ आली. रोखून बघितल्यागत करून म्हणाली, ''कवाच्या काय गेलाय! काय तुमचं वागनं हे! जेवायचं न्हाई, खायचं न्हाई. . . कुठं गेलता?''

बसल्या जागी मान खाली घालून रामूनं एक श्वास सोडला, आणि हलक्या आवाजात वहिनी म्हणाली,

''आता आनि का बसलासा? जेवायचं न्हाई?''

तो म्हणाला, ''आता जेवतो की राच्चं. काय गडबड हाय?''

खाली वाकल्यागत करून ती हळू आवाजात बोलली, ''ते भाईर हैत. असं काय करू नगा. गप उठा आनि आत गुमान जेवायला बसा. . . चला.'' असं म्हणून ती आत स्वैपाकघरात गेली. रामूही पाठोपाठ उठला. एकवार पोराकडं बघून आत गेला. त्याच्या पायाचा आवाज ऐकून वहिनी म्हणाली,

''घ्या चूळ भरून.''

आणि आत आलेला रामू हातात कावड घेऊन म्हणाला, "काय वाडू नगा. मी राच्चं जेवीन."

"मग आता काय पानी आनाय निगालाय?"

"व्हय. दोन खेपा आनून टाकतो."

असं म्हणून त्यानं रिकाम्या घागरींना फास लावला आणि खांद्यावर कावड घेऊन तो बाहेर पडला.